அலைகளின் காலம்

முகிலை இராசபாண்டியன்

PEN BIRD™
PUBLICATIONS

+91 8220063246 | penbirdpublications@gmail.com | www.penbird.in

அலைகளின் காலம்
முகிலை இராசபாண்டியன்©

Alaigalin Kaalam
Muhilai Rajapandian©

நான்காம் பதிப்பு
(மறுபதிப்பு)   - மார்ச் 2025
PB #37   - நாவல்
அட்டை ஓவியம் - கோ.பாலாஜி MFA.,   ISBN: 978-81-983127-0-9
வடிவமைப்பு   - நா.கௌசிகன்   Rs. 150

Printed by: Manipal Technologies Limited, India - 576104

இந்நூலின் எந்தவொரு பகுதியையும் ஆசிரியர் மற்றும் பதிப்பாளரின் எழுத்து பூர்வ அனுமதியின்றி அச்சு மற்றும் மின்னணு வழியே நகல் எடுப்பது, ஒலிப்பதிவு செய்து வெளியிடுவது, துண்டுப் பிரசுரமாக அச்சிட்டு வெளியிடுவது போன்ற செயல்கள் பதிப்புரிமை சட்டத்தின்படி தடை செய்யப்பட்டுள்ளது.

கன்னியாகுமரி மாவட்டத்தில் (தென் திருவிதாங்கூர்) நடைபெற்ற தோள்சேலைப் போராட்டத்தில் கலந்துகொண்டு உயிரையும் உடைமைகளையும் இழந்த தியாகிகளுக்கு...

அணிந்துரை

பொன்னீலன்
சாகித்திய அகாதெமி
விருது பெற்ற நாவலாசிரியர்.

சமூக மனிதனை வழிநடத்தும் முதன்மையான சக்திகளில் ஒன்று அவனுடைய சமூக வரலாறு. இந்த வரலாறு ஒவ்வொரு சமூகத்துக்கும் ஒவ்வொரு மாதிரியானது. நாட்டு அடிப்படையிலான வரலாறு, மொழி அடிப்படையிலான வரலாறு, வருண அடிப்படையிலான வரலாறு, சாதி அடிப்படையிலான வரலாறு, சமய அடிப்படையிலான வரலாறு என நம் வரலாறு பல கிளைகளையும் உப கிளைகளையும் கொண்டது.

இந்த வரலாற்றுக் கிளைகள் உப கிளைகளின் தனித்தன்மைகளைப் புரிந்துகொள்ளும் போதுதான் நாம் எங்கிருந்து வந்தோம், எப்படி வந்தோம், எதை நோக்கிப் போகவேண்டும் என்பதைத் தெளிவாகப் புரிந்துகொள்ள முடியும். அது மட்டுமல்ல. இன்று நமக்குக் கிடைத்திருக்கும் சமூக விடுதலையை மேலும் செழுமைப்படுத்த நாம் எந்தத் திசையில் செல்லவேண்டும் என்ற தெளிவும் நமக்கு ஏற்படும். தன் வரலாற்றைத் தெரிந்துகொள்ளாத சமூகமும், தவறாகப் புரிந்துகொண்டிருக்கும் சமூகமும், நாம் எந்தப் புதைகுழியிலிருந்து மீண்டு வந்திருக்கிறோம் என்பதை உணராது, ஏதோ மலை உச்சிக்குப் போவதாகக் கற்பனை செய்து, மீண்டும் அந்தப் புதைகுழியிலேயே அகப்பட்டுக் கொள்ளும்.

ஒரு காலத்தில் ஒடுக்கப்பட்டு, நீண்ட போராட்டங்களின் வழியாக விடுதலைக் காற்றைச் சுவாசிக்கத் தொடங்கியிருக்கும் சமூகங்களுக்கு மட்டுமல்ல, சமூக விடுதலையை நீண்ட காலம் தடுத்துக்கொண்டிருந்த சமூகங்களுக்கும் இது பொருந்தும். வரலாற்றை மறந்த இனம் ஒருபோதும் முன்னேறாது.

சாதிய ஏற்றத்தாழ்வும், சமூக ஒடுக்குமுறையும் மிகக் கொடுமையாக 18, 19ஆம் நூற்றாண்டுகளில் மனிதனை ஆட்சி செய்த ஒரு மோசமான நாடு திருவிதாங்கூர். புரட்சித்துறவி விவேகானந்தர், பைத்தியக்காரர்களின் கூடம் என்று பழித்துக்கூறிய மண் இது. சாதிய ஒடுக்குமுறை மட்டுமல்ல, அடிமை முறையும் அடிமை வியாபாரமும் நச்சுச் செடிகளாக மண்டிய கொடுங்காடாக இருந்தது இது.

இந்தக் காட்டை அழித்து மனித குலம் சுதந்தரத்துடனும் சமத்துவத்துடனும் சகோதரத்துவத்துடனும் வாழும் நாடாக்கிட முதல் உழவு போட்டவர்கள் 19ஆம் நூற்றாண்டில் ஆரல்வாய் மொழி (ஆராம் பொழி) வழியாக உள்ளே வந்து, கன்னியாகுமரி அருகில் மயிலாடியில் தங்கள் சீர்திருத்தப் பணியைத் தொடங்கிய கிறிஸ்தவர்கள்.

அக்காலத்தில் ஒடுக்கப்பட்ட மக்களுக்கு அரசாங்கக் கோயில்களுக்கு உள்ளே நுழைந்து வழிபட உரிமை கிடையாது. பொதுப் பாதைகளையும் பொதுச் சந்தைகளையும் பயன்படுத்த உரிமை கிடையாது. நாகரிகமாக உண்ணவோ உடுத்தவோ உறங்கவோ உரிமை கிடையாது. அவர்களுடைய உழைப்பு சமயத்தின் பெயரால் ஒட்டஒட்ட உறிஞ்சப்பட்டது. கிறிஸ்தவம் இந்த ஒடுக்கப்பட்ட மக்களுக்குக் கண்ணியமான ஒரு கடவுளைக் கொடுத்தது. கம்பீரமான கோயிலைக் கொடுத்தது. நாகரிகமான உடையையும் கவுரவமான தொழிலையும் மனித நாகரிகம் ஒத்துக்கொள்கிற ஒரு வாழ்வையும் கொடுத்தது.

இதைப் பொறுக்காத அன்றைய மேல்சாதியினர் இவையெல்லாம் இந்து சமயத்துக்குப் புறம்பானவை என்றுகூறி, அடித்தள மக்கள் மீது போர்த் தொடுத்தார்கள். இதை வீரத்தோடு எதிர்த்து நின்று வெற்றி கண்டவர்கள் அடித்தள உழைக்கும் மக்கள். இந்திய வரலாற்றில் பொன் எழுத்துகளால் பொறிக்கப்பட வேண்டிய புகழ்மிக்க வரலாறு இது.

வரலாற்று உணர்வோடு வாழ்வை இலக்கியமாக்கும் நல்ல இலக்கியவாதிகளைச் சுண்டி இழுக்கும் சாகசப் போராட்டங்கள்

நிறைந்த காலக்கட்டம் இது. நான்கூட இதற்குள்தான் நிரம்பக்காலம் மூழ்கி முத்துக்குளித்துக் கொண்டிருக்கிறேன் - ஒரு நாவல் எழுதுவதற்காக. ஆனால் என்னை முந்திக்கொண்டார் இளைஞர் முகிலை இராசபாண்டியன்.

முகிலன் படையெடுப்பு என்று வரலாற்றில் குறிப்பிட்டுப் பேசப்படுகின்ற ஒரு சம்பவத்தோடு தொடர்புடைய முகிலன் குடியிருப்பு என்னும் ஊர் அவருடையது. வெங்கலராஜன் கோட்டை கட்டி ஆண்ட வெங்கலராஜன் கோட்டை ஒரு மண் மேடாக அவர் ஊர்ப் பக்கம்தான் கிடக்கிறது. ஒரு வெள்ளைக்காரச் சாமியைக்கூட, கிராம மரபுப்படி வணங்கும் ஒரு நாட்டார் கோயிலும் அவர் ஊருக்கு அருகில் உண்டு. முகிலை இலக்கிய மன்றம் நல் இலக்கியப் பணிகளை நீண்ட காலம் செய்து வருகிறது.

இத்தகு சிறப்புமிக்க ஊரைச் சார்ந்தவர் அருமைத் தம்பி முகிலை இராசபாண்டியன். இலக்கிய உலகுக்கு தனது நூல்களின் வாயிலாக ஏற்கெனவே அறிமுகமானவர் இவர். இப்போது இவர் எழுதியிருப்பது ஒரு நாவல். 'அலைகளின் காலம்' என்பது அதன் பெயர். நான் ஏற்கெனவே சொன்னேனே 19ஆம் நூற்றாண்டில் இந்தியாவின் தென்கோடியில் நடந்த புரட்சிகளைப்பற்றி - அதில் ஒரு கண்ணியைத்தான் நாவலாக்கி இருக்கிறார் இவர். அக்காலத்தை உணர்ந்து, அதன் போக்கை மதிப்பிட்டு, துணிச்சலோடு எழுதியிருக்கிறார். அதில் ஒரு காட்சி:

ஆதிக்கச் சாதிப் பிரபு மாடன் ஐயாவுக்கும் அவருக்குக் காலமெல்லாம் உழைத்த நீலன் குட்டிக்கும் நடக்கும் உரையாடல். அதை நாவல் இவ்வாறு சொல்கிறது:

"என்னலே... குட்டி உளர்றே. நாங்க உங்களுக்கு ஏதுல தடை போட்டிருக்கோம்? அதெல்லாம் தெய்வக் குத்தம் வந்துடக் கூடாதுன்னு தெய்வமாப் பாத்துப் போட்டிருக்கிற தடைலே..." என்று விளக்கம் கூறினார் மாடன் ஐயா.

"அதனாலதான் ஐயா, நாங்க குத்தம் சொல்ற சாமியைவிட்டு, குத்தம் சொல்லாத ஏசு சாமிகிட்ட போய்ட்டோம்..."

"ஏசு நம்ம சாமியில்லைலே... வெளிநாட்டுக்காரன் சாமிலே... அவனுவ உன்னைப்போல உள்ளவனுவள பலிகடா ஆக்கிப்புடுவானுவலே... ஒழுங்கு மரியாதையா நடந்துக்க..." என்று புருவத்தை நெரித்தார் மாடன் ஐயா.

"ஏசு நம்ம சாமி இல்லைன்னா... எது ஐயா நம்ம சாமி..?"

"நம்ம தாணுமாலயனும் பள்ளி கொண்ட பெருமாளும்தான்…"

"அந்தச் சாமி தானே ஐயா எங்களை ஒதுக்கி வச்சுடுச்சி… அதனால நாங்க அந்தச் சாமியைத் தள்ளிவைக்கிறோம்…" என்று சொல்லிய நீலங்குட்டி திரும்பி வேகமாக வீட்டை நோக்கி நடந்தான்.

இதுதான் நாவலின் மையக் கரு. நாயர்கள், நாடார்கள், வேளாளர்கள், மன்னர்கள், அதிகாரிகள், இந்துக்கள், கிறிஸ்தவர்கள், மதமே இல்லாதவர்கள் என்று பலதரப்பட்ட மக்களால் பின்னப்பட்ட இந்த நாவல் சொல்லும் செய்தி ஒன்றுதான். மனிதன் விடுதலைப் பெறவேண்டும்… எல்லாவற்றின் பிடியிலிருந்தும் விடுதலைப் பெறவேண்டும்.

வரலாற்றை நாவலாக்குவது மிகவும் சிரமமான காரியம். வரலாற்றுக் காலத்தை அதை அன்றைய வடிவத்தில், அன்றைய உணர்ச்சிக் கொந்தளிப்போடு வடிவப்படுத்துதல் என்பது சாதாரணமானதல்ல. இந்த முயற்சியில் அபாரமான துணிச்சலோடு இறங்கியிருக்கிறார் முகிலை இராசபாண்டியன்.

ஒரு புதிய வரலாற்றுக் காட்சியை தான் உணர்ந்த முறையில் தமிழகத்திற்குத் தந்திருக்கிறார் அவர். செய்தியின் புதுமை, அதன் கனம் தமிழ் வாசகர்களை வியப்படையச் செய்யும். முகிலை இராசபாண்டியனை மனமார வாழ்த்துகிறேன். தன் படைப்புகளின் ஊடாக அவர் மேலும்மேலும் வளர்க.

09.12.2000

பொன்னீலன்
மணிகட்டிப் பொட்டல்
குமரி மாவட்டம்.

என்னுரை

1983 இல்...

நான் இராஜபாளையத்தில் ஓராண்டு இருந்தேன். அப்போது, நண்பர்களுடன் இராஜபாளையத்திற்கு அருகிலுள்ள அய்யனார் கோயில் மலைப்பகுதிக்குப் போயிருந்தேன். அங்கே அருவியில் குளிக்கும்போது நண்பர்கள், 'இங்கே பழியர்கள் என்ற மலைவாழ் மக்கள் இருக்கிறார்கள். அவர்களைப் போய்ப் பார்க்கலாம்' என்றார்கள். அவர்களைப் பார்ப்பதற்காக நாங்கள் மலையின்மேல் நடந்துபோனோம்.

அந்தப் பழியர் சாதி மக்களில் பெண்கள் மேலாடை அணியவில்லை. இடுப்பில் மட்டும் ஆடை அணிந்திருந்தார்கள். அதைப் பார்த்த எனக்கு ஆச்சரியமாக இருந்தது. 'எப்படி இவர்கள் மேலாடை அணியாமல் அலைகிறார்கள்' என்று, அன்று முழுவதும் எண்ணிக் கொண்டிருந்தேன்.

அடுத்தநாள் எங்கள் ஊருக்குப் போனேன். (கன்னியாகுமரி மாவட்டத்தில் உள்ள முகிலன்குடியிருப்பு) நான் எனது தந்தையாரிடம் (எஸ். இரெத்தினசாமி) இந்தப் பழியர் மக்கள் மேலாடை அணியாததைப் பற்றித் தெரிவித்தேன். அவர்கள் அதுபற்றி ஒன்றும் ஆச்சரியம் காட்டவில்லை. எனக்கு ஆச்சரியமாக இருந்த விஷயம் எனது தந்தைக்கும் ஆச்சரியமாக இருக்கும் என்ற எண்ணத்தில் இருந்த எனக்கு ஏமாற்றம்தான் கிடைத்தது.

அது மட்டுமல்லாமல், "அந்தப் பழியர் மக்களே பரவாயில்லை. மேலாடை போட்டுக்கொள்ள விரும்பவில்லை; அவர்கள் போடவில்லை. யாரும் அவர்களை மேலாடைப் போடக்கூடாது என்று தடுக்கவில்லை. ஆனால், நம்ம கன்னியாகுமரி மாவட்டத்தில் சில குறிப்பிட்ட ஜாதிப் பெண்கள் மேலாடைப் போடக்கூடாதுன்னு சட்டமே இருந்தது தெரியுமா?" என்று என்னைக் கேட்டுவிட்டு அப்படியே கூடத்துத் தூணில் சாய்ந்துகொண்டார்கள்.

எனக்கு மேலும் ஆச்சரியமாகிவிட்டது. நமது ஊரிலும் பெண்கள் மேலாடை போடவில்லையா? போடக்கூடாது என்ற தடை இருந்ததா? என்று என்னால் நினைத்துக்கூடப் பார்க்க முடியவில்லை.

அப்போதுதான் எனது தந்தையார் 19ஆம் நூற்றாண்டின் தொடக்கத்தில் தென்திருவிதாங்கூரில் (கன்னியாகுமரி) இருந்த அடிமைகளின் நிலைமையையும் நாடார், ஈழவர், முக்குவர் போன்ற சாதியினர் அனுபவித்தக் கொடுமைகளையும் என்னிடம் தெரிவித்தார்கள்.

எனது தந்தையார் சொன்னதிலிருந்து, அந்தக் காலத்திலேயே 'மேலாடை போடுவோம்' என்று பெண்கள் போராடியது எனக்குப் பெரும் வியப்பாக இருந்தது.

மன்னர் ஆட்சி. மன்னர் சார்பில் திவான் ஆள்கிறார். சில ஜாதி மக்கள் அடிமைகளைப் போல் நடத்தப்படுகிறார்கள். அவர்களில் பெண்கள் கிளர்ந்து எழுந்து போராடியிருக்கிறார்களா? என்று நினைத்த நான் அந்தச் செய்திகள் அனைத்தையும் எனது நெஞ்சுக்குள் அசைபோடத் தொடங்கினேன். பத்தொன்பதாம் நூற்றாண்டில் நிகழ்ந்த அந்த நிகழ்ச்சிகள் ஒவ்வொன்றும் எனக்குப் பிரமிப்பைத் தந்தன. அவை தொடர்பான வரலாற்றுக் குறிப்புகளைத் தொடர்ந்து தேடினேன்.

சுமார் பதினேழு ஆண்டுகளுக்குப் பிறகு இப்போது, அது நாவல் வடிவம் பெற்று வெளிவருகிறது. இந்த நாவலில் இடம் பெற்றுள்ள நிகழ்ச்சிகள் அனைத்தும் வரலாற்று ஆதாரங்கள் உள்ளவை. பெயர்கள் பெரும்பாலும் கற்பனைப் பெயர்களே! நாவல் தன்மைக்கு ஏற்ப சில நிகழ்வுகள் கூடுதல் விளக்கம் பெற்றும் சில நிகழ்வுகள் குறைவான விளக்கம் பெற்றும் காணப்படும்.

19ஆம் நூற்றாண்டின் தொடக்கத்தில் பெண்கள் தங்கள் இழிநிலையை அகற்றுவதற்கு நடத்திய ஒரு போராட்டத்தைப் பதிவு

செய்யும் நோக்கத்தில் மட்டும் இந்த நாவல் படைக்கப்பட்டுள்ளது என்பதைத் தெரிவித்துக்கொள்கிறேன். அண்மைக்கால வரலாறு என்பதால் இதனை மிகவும் கவனமாகவே கையாண்டிருக்கிறேன்.

இந்த நாவலுக்கு அணிந்துரையாய் ஓர் அறிமுகத்தை நாவலாசிரியர் பொன்னீலன் வழங்கினால் பொருத்தமாய் இருக்கும் என்று நான் எண்ணியிருந்தேன். ஆனால் அதற்கு வாய்ப்புக் கிடைக்காது என்று தோன்றியது. ஏனென்றால், நான் வேலை பார்ப்பது சென்னையில். அவர்கள் இருப்பது கன்னியாகுமரியில் (மணிகட்டிப் பொட்டலில்) நான் ஊருக்குப் போகும்போது அவர்கள் ஊரில் இருக்க வேண்டும். அல்லது அவர்கள் ஊரில் இருக்கும்போது நான் ஊருக்குப் போகவேண்டும். இரண்டும் ஒரே நேரத்தில் நிகழ்வது நடக்குமா? எனவே, அவர்களிடம் அணிந்துரை வாங்க இயலாது என்று எண்ணியிருந்தேன்.

எதற்கும் தொலைபேசியில் தொடர்புகொண்டு பார்ப்போம் என்று முடிவெடுத்து, பேராசிரியர் டாக்டர் சு.தங்கத்துரை அவர்கள் மூலம் பொன்னீலன் அவர்களின் தொலைபேசி எண்ணைப் பெற்றேன்.

தொலைபேசியில் தொடர்புகொண்ட என்னிடம் பொன்னீலன் அவர்கள், "நீங்கள் நாவல் பிரதியை அனுப்பி வையுங்கள், நான் அணிந்துரை எழுதி அனுப்புகிறேன்" என்று கூறினார்கள். அதற்கு ஏற்ப, இந்த நாவலின் பின்புலத்தை அனைவரும் அறிந்துகொள்ளும் வகையில் விளக்கிச் சிறந்த அணிந்துரையைத் தந்துள்ளார்கள்.

இந்த நாவலுக்கு 'அலைகளின் காலம்' என்று பெயர் வைத்தள்ளேன். திருவிதாங்கூரில் 19ஆம் நூற்றாண்டின் தொடக்க காலத்தில் பெரிய மாற்றங்கள் நிகழ்ந்திருக்கின்றன. எனவே, இங்கே காலம் முக்கிய இடத்தைப் பெறுவதாகக் கருதினேன். எனவே, நாவலின் தலைப்பில் காலம் என்னும் சொல்லினைச் சேர்த்தேன்.

அடிமைகள் ஒழிப்பு, கிறிஸ்தவ மதமாற்றம், மேலாடை தொடர்பாக எழுந்த போராட்டங்கள் என்று இந்தக் காலகட்டத்தில் எழுச்சியும் வீழ்ச்சியும் இருந்திருக்கின்றன. இந்த எழுச்சியும் வீழ்ச்சியும் நிகழ்ந்தது அலையின் செயல்பாட்டைப் போல் அமைவதாக உணர்ந்தேன்.

ஓர் அலை அடிக்கும்போது அது கீழிருந்து தண்ணீரை மேலே கொண்டுவரும். மேலே எழுந்த தண்ணீர் மீண்டும் கீழே வரும். இது ஒரு சுழற்சி. நான் குறிப்பிட்ட இந்தக் காலகட்டத்தில் அலையின்

சுழற்சிபோல் பல நிகழ்வுகளின் சுழற்சிகள் இருந்ததால் இந்த நாவலுக்கு அலைகளின் காலம் என்று பெயர் அமைத்துள்ளேன்.

இந்த நாவலுக்கு உள்ளம் மகிழ்ந்து அணிந்துரை தந்து வாழ்த்திய சாகித்திய அகாதெமி விருது பெற்ற நாவலாசிரியர் பொன்னீலன் அவர்களுக்கு எனது நன்றி. பிழைத் திருத்தம் செய்து உதவிய பேராசிரியை கமலா கிருஷ்ணமூர்த்தி அவர்களுக்கு எனது நன்றியைத் தெரிவித்துக்கொள்கிறேன்.

09.12.2000 முகிலை இராசபாண்டியன்
முகிலை, குமரி
629701.

01

வலது கையில் இருந்த தார்க்குச்சியால் மாட்டின் பின்பகுதியில் குத்தினான் சுடலையாண்டி. இடது கையால் இடதுபக்க காளையின் வாலை வளைத்து முறுக்கினான். காளை மாடு இரண்டும் பூட்டங்கால் போட்டு ஓடின.

"ஏலேய்! மாட்டைப் பதமா ஓட்டுலே... என்ன, அத்துக்கிட்டு ஓடுதுன்னு இவ்வளவு வெரட்டு வெரட்டுறே..." என்று அந்த வில் வண்டிக்குள் இருந்த மாடன் ஐயா எச்சரித்தார்.

சுடலையாண்டி, இரண்டு காளைகளின் முதுகிலும் லேசாகத் தடவினான். மந்திரத்துக்குக் கட்டுப்பட்டதுபோல் இரண்டு காளைகளும் ஒரே நேரத்தில் மெதுவாக நடக்கத் தொடங்கின.

வண்டி மெதுவாகப் போகத் தொடங்கியதும் மாடன் ஐயா தனக்குப் பக்கத்தில் இருந்த மனைவி மாடத்தியம்மாளைப் பார்த்தார். அந்தப் பார்வையில் ஒரு பெருமிதம் தெரிந்தது. 'வண்டிக்காரனை எவ்வளவு கட்டுப்பாடா வைச்சிருக்கேன் பார்த்தியா?' என்று கேட்காமல் கேட்பதுபோல் இருந்தது அந்தப் பார்வை.

அப்போது மாடத்தியம்மாளின் தலை, மேலும் கீழும் ஆடியது. தனது கர்வத்தை தனது மனைவி ஆமோதிப்பதாக

மாடன் ஐயா நினைத்துக்கொண்டார். வண்டி ஆடியதால்தான் தனது தலை மேலும் கீழும் ஆடியது என்பதை மாடத்தியம்மாள் சொல்ல விரும்பவில்லை. எதற்கு வீணாகத் தனது கணவரின் அற்ப சந்தோஷத்தைக் கெடுக்கவேண்டும் என்று எண்ணியிருக்கலாம்.

அந்த வில்வண்டி காலையில் ஆறு மணிக்கு தோப்பூரிலிருந்து புறப்பட்டது. மணி இப்போது ஏழு இருக்கும். வண்டி இப்போதுதான் மயிலாடியைத் தாண்டி வந்துகொண்டிருந்தது. இன்னும் அரைமணி நேரத்தில் சுசீந்திரம் போய்ச் சேர்ந்துவிடும்.

சுசீந்திரம் தாணுமாலய சுவாமி கோயில் தேரோட்டத்தைப் பார்ப்பதற்காகத்தான் மாடன் ஐயா குடும்பத்தினர் வண்டி பூட்டி வந்துகொண்டிருந்தார்கள். குடும்பம் என்றதும் வண்டிக்குள் பெருங்கூட்டம் இருக்கும் என்று நினைத்துக்கொள்ளாதீர்கள். மாடன் ஐயாவும் அவர் மனைவியும் மட்டும்தான் அந்த வண்டியில் இருந்தார்கள்.

வழுக்கம்பாறையைத் தாண்டினால் சுசீந்திரம் வந்துவிடும். சுடலையாண்டி காளைகளின் வாலை முறுக்கியபடி 'ட்ர்... ர்... ர்...' என்று குரல் கொடுத்தான். சாட்டைக் கம்பின் முனைப்பகுதியில் இருந்த சிறிய ஆணியால் காளையின் பின்பகுதியில் குத்தினான். காளைகள் இரண்டும் மிரண்டு ஓடின.

பழையாற்று ஓடை வழியே வண்டி இறங்கியது. தண்ணீரிலும் ஓடிப் பழக்கப்பட்ட காளைகள் அவை. வண்டிச் சக்கரத்தின் அச்சுக்குக் கீழ்ப்பாகம் வரை தண்ணீர் வந்துவிட்டது. காளைகள் இரண்டும் நீந்துவதுபோல் வண்டியை இழுத்துக் கொண்டுபோய் அக்கரை சேர்த்தன.

தெப்பக்குளத்தருகே வண்டியை நிறுத்தினான் சுடலையாண்டி. சாட்டையை வண்டியில் செருகிவிட்டு இறங்கி, பின்னால் ஓடிவந்தான் சுடலையாண்டி. மாடன் ஐயா இறங்குவதற்கு வசதியாக வண்டியைச் சாய்த்துப் பிடித்தான். உருண்டு திரண்ட மூட்டையைப் போல் மாடன் ஐயா இறங்கினார். அவரைத் தொடர்ந்து இன்னொரு மூட்டையைப்போல் மாடத்தியும் இறங்கினாள். இறங்கிய உடனே தனது பட்டுச்சேலையில் இருந்த கசங்கலைச் சரிசெய்தாள் மாடத்தி.

நேரே கோயிலுக்குப் போவதா... அல்லது பாஸ்கரன் நாயர் வீட்டுக்குப் போவதா... என்று மாடன் ஐயா ஒரு நிமிடம் யோசித்தார்.

கோயில் கோபுரத்தின் அருகில் இருந்த தடபுடலைக் கண்டதும் இப்போது கோயிலுக்குப் போகமுடியாது என்று முடிவெடுத்த மாடன் ஐயா நேரே பாஸ்கரன் நாயர் வீட்டுக்குப் புறப்பட்டார்.

"ஏலேய்... சுடலை..! வண்டியையும் மாட்டையும் பத்திரமா பாத்துக்கோ... அங்ஙன இங்ஙன... பராக்குப் பாத்தே மாட்டை எவனாவது அவுத்துட்டுப் போயிடுவான்... மனசிலாகுதா..?"

"சரி... சாமி..! மாட்டை நான் பாத்துக்கிறேன்" என்று முன்புறம் வளைந்து கைகளைக் கட்டியபடி சொன்னான் சுடலை.

பாஸ்கரன் நாயர் வீடு, கோயிலுக்குக் கிழக்குப் பக்கத்து வீதியில் இருக்கிறது. அந்தப் பகுதி முழுவதும் நாயர்கள் தெருதான். வடக்குப் பக்கத்துத் தெருவில் பிராமணர்களும் நம்பூதிரிகளும் வசிக்கிறார்கள். மேற்கு, தெற்குப் பக்கத்தில் உள்ள தெருக்களில் பிள்ளைமாரும் ஏனையோரும் வசிக்கிறார்கள்.

பிள்ளைமார் தெரு அருகில் இருந்தாலும், மாடன் அங்கே போக விரும்பவில்லை. மாடனும் பிள்ளைதான். என்றாலும் சுமார் நான்கு ஊரையும் நானூறு அடிமைகளையும் வைத்திருக்கும் பண்ணையார் அவர். சாதியில் மட்டும் பிள்ளைமாராக இருக்கும் இந்தச் சாதாரணமானவர்கள் வீட்டில் தங்குவது அவருக்குக் கௌரவக் குறைச்சல்.

பாஸ்கரன் நாயர் என்றால் சுசீந்திரம் கோயிலில் ஒரு தனி கௌரவம் உண்டு. அவர்கள் வழிவழியாகத் திருவிதாங்கூர் சமஸ்தானத்தில் வேலைப் பார்க்கிறார்கள்.

பாஸ்கரன் நாயர், சமஸ்தானத்தில் தாசில்தாராகப் பணி புரிகின்றார். அவரது தந்தையார் இராமன் நாயரும் சமஸ்தானத்தில் தாசில்தாராகத்தான் இருந்தார்.

பாஸ்கரன் நாயர் வீட்டில் தங்கியிருக்கிறேன் என்றால் சுவாமியைக் கொண்டுவரும் ஊர்வலத்தில் முன்னால் நடந்து வரலாம். தேர்வடம் பிடிக்கும்போது திவானுக்குப் பக்கத்தில் நிற்கலாம். இந்தக் கௌரவங்கள் வேறு யாருடன் வந்தாலும் கிடைக்காது.

அதுமட்டுமல்லாமல் பாஸ்கரன் நாயர் வீட்டிற்கு மாடன் போவதற்கு வேறொரு காரணமும் உண்டு.

பாஸ்கரன் நாயர் குடியிருக்கும் வீடு அவருக்குச் சொந்தமானது அல்ல. அவருடைய தங்கை அலமு என்ற அலமேலுவுக்குச் சொந்தமானது.

பத்மநாபபுரத்து அரண்மனையில் சேவகம் புரிந்த குஞ்சன் நாயர்தான் அலமேலுவின் கணவர்.

அலமேலுவுக்கும் குஞ்சன் நாயருக்கும் கல்யாணம் ஆன ஒரே வருடத்தில் குஞ்சன்நாயர் இறந்துவிட்டார்.

அவர் இறந்து மூன்று வருடங்கள் ஆகிறது. குஞ்சன் நாயர் இறந்தவுடன் அவரது மரணம் இயற்கை மரணமல்ல என்று அரசல் புரசலாகப் பேசிக்கொண்டார்கள்.

அலமுவுக்கும் குஞ்சன் நாயருக்கும் ஒருநாள் ஏற்பட்ட வாக்குவாதம் சண்டையாக முற்றிப்போக அவர், அலமுவின் தலைமயிரைப் பிடித்து இழுத்து அடித்துவிட்டாராம். தலைமுடியைப் பிடித்த பிடியிலிருந்து மீள்வதற்காகக் கையால் குஞ்சனின் கால் பகுதியில் அலமு குத்தினாளாம். அது படக்கூடாத இடத்தில் பட்டு வலியால் துடிதுடித்துப் போனாராம். கொஞ்சநேரத்தில் அவர் இறந்து போனாராம். குஞ்சன் நாயர் எப்படி இறந்தார் என்பது எல்லோருக்கும் தெரியும்.

பாஸ்கரன் நாயர் தாசில்தாராக இருந்ததால் குஞ்சனின் மரணத்தை இயற்கை மரணம் என்று சொல்லி அமுக்கிவிட்டாராம்.

நாயர்களில் கணவனை இழந்த பெண்கள் வேறு கல்யாணம் செய்துகொள்ளக் கூடாது என்று கட்டுப்பாடு எதுவும் கிடையாது. ஆனால், அலமு வேறு கல்யாணம் செய்து கொள்ளவில்லை.

இருபது வயதில் கணவனை இழந்த பிறகு, திட்டு விளையில் வாழ்ந்து வந்த பாஸ்கரன் நாயரின் பராமரிப்பில் தனியாகவே அலமு வாழ்ந்து வந்தாள். நாளாக நாளாக பாஸ்கரன் நாயர் தனது தங்கை அலமேலுவின் வீட்டிலேயே தங்கிவிட்டார் என்று சொல்லும் அளவிற்குப் பெரும்பாலும் அவர் சுசீந்திரத்தில்தான் இருந்தார்.

சுசீந்திரம் திருவிழாக் காலத்தில் மட்டும் என்று இல்லை, கோட்டாறு சந்தைக்கு வரும்போதெல்லாம் மாடன் ஐயா, பாஸ்கரன் வீட்டுக்கு வந்துவிட்டுத்தான் போவார்.

பெரும்பாலும் பாஸ்கரன் நாயர், வீட்டில் இருப்பது இல்லை. அதைப்பற்றி மாடன் ஐயா கவலைப்படுவதும் இல்லை. அலமேலுவின் வீடு என்பதால் மாடன் ஐயாவை அலமேலுவே கவனித்துக்கொள்வாள்.

சந்தையிலிருந்து திரும்பும்போது அவரது வண்டி, முதலில் அலமேலுவின் வீட்டுக்குத்தான் போகும்.

காய்கறி, செந்தொழுவன், ஏத்தன் வாழைக் குலைகளை அங்கே இறக்கிவிட்டு, கொஞ்சநேரம் பேசிக்கொண்டிருப்பார் மாடன் ஐயா.

சில சமயங்களில் வண்டியை மட்டும் திருப்பி அனுப்பிவிட்டு, அவர் அடுத்தநாள் போவதும் உண்டு.

பாஸ்கரன் நாயருக்கும் மாடன் ஐயாவுக்கும் பழக்கம் ஏற்பட்டதே ஒரு கலவரத்தின் போதுதான். கலவரத்தில் தொடங்கிய அவர்களின் பழக்கம் தொடர்ந்து பல கலவரங்களுக்கு வழிவகுத்தது.

முதன்முதலில் இரணியல் சந்தையில் நடந்த அந்தக் கலவரம் திருவிதாங்கூர் முழுவதையும் திணற அடித்தது.

02

"பா... பா... பா..." என்றபடி கையில் தவிட்டுச் சட்டியுடன் கோழிகளைக் கூப்பிட்டாள் பத்திரகாளி.

எழுபது வயதான பத்திரகாளியின் இரண்டு காதுகளும் கழுத்துவரை தொங்கின. தலையில் கறுப்பு முடி என்று எதுவுமே இல்லை.

கழுத்து, வெறும் கழுத்தாக இருந்தது. கணவனை இழந்தவள் பத்திரகாளி. கணவன் உயிரோடு இருந்தாலும் அவளால் தங்கத்தாலி போட்டுக்கொள்ள முடியாது. கயிறுதான் போட்டுக்கொள்ள முடியும்.

பத்திரகாளியின் புருஷன் மாசானம். முறுக்குத் தடியைத் தோளில் வைத்துக்கொண்டு, அருவாப் பெட்டியை இடுப்பில் கட்டிக்கொண்டு, தளை நாரைத் தலையில் வைத்துக்கொண்டு நிமிர்ந்து நடந்தால் அவர் அரைப்பனை உயரம் இருப்பார்.

கறுத்த அந்த நெஞ்சின் கறுப்பை மேலும் அதிகரிக்கும் வகையில் புசுபுசுவென்று மயிர்க்கால்கள்.

நான்கு மணிக்கு எழுந்து பனங்காட்டுக்குப் போனால் பன்னிரண்டு மணிக்குத்தான் பாளை சீவி, பதனீர் இறக்கிவிட்டு வருவார்.

பத்துமணி வாக்கில் சரசரவென்று சேலையை இடுப்புவரை கட்டிக்கொண்டு தலைமுடியை உச்சியில்

தூக்கிக் கொண்டை போட்டுக்கொண்டு பனங்காட்டுக்குப் பத்திரகாளி நடந்தாள் என்றால் எல்லோரும் அவளையே எட்டிப் பார்ப்பார்கள் - அவ்வளவு அழகு.

நாயர்களையும் பிள்ளைமாரையும் கண்டால் மட்டும் தோள் சேலையை இடுப்பில் கட்டியபடி கைகளால் மார்பை மறைத்துத் தலைகுனிந்து ஒதுங்கி நடப்பாள். மற்ற வேளைகளில் தோள் சேலையை மார்பில் போட்டு மறைத்து நிமிர்ந்து நடப்பாள்.

அப்போதெல்லாம் மறைவாக, காதுகளிலும் கழுத்திலும் தங்க நகைகளை அணிந்துகொண்டு, தொட்டித் தண்ணீரில் முகம் பார்த்துக் கொள்வாள்.

நாயர்களுக்குப் பயந்து நகைகளைப் பெரும்பாலும் தண்ணீர்ப் பானைக்கு அடியில் மண்சட்டியில் வைத்துப் புதைத்து வைத்திருப்பாள்.

பனங்காட்டில் பதனீரைக் குடத்தில் பிடித்துத் தலையில் வைத்துக்கொண்டு நடப்பாள்.

அன்றும் பத்திரகாளி பதனீரைத் தலையில் எடுத்துக்கொண்டு திரும்பிக் கொண்டிருந்தாள்.

பத்திரகாளி நடப்பதையே பனை உச்சியில் இருந்து பார்த்துக்கொண்டிருந்த மாசானம் மட்டை தாவி இறங்கும்போது கருக்கு மட்டை வழுவியதால் தலைகீழாகக் கீழே விழுந்தார். மாசானத்தின் கொண்டை நரம்பு அறுந்து, தலை தொங்கியிருந்தது. முகமெல்லாம் ரத்தக் களரி. நிமிர்ந்த அந்தப் புஜங்கள் இறங்கியிருந்தன.

"தெக்குக் காட்டு பத்திரகாளி" என்று மாசானம் அலறிய சத்தத்தைக் கேட்டுப் பத்திரகாளி, பதனீர்ப் பானையைத் தரையில் போட்டுவிட்டுப் பனைமரத்தை நோக்கி ஓடினாள்.

"ஐயா... ராசா... உங்களுக்கு என்ன ஆச்சுதைய்யா..." என்று ஓடிவந்து, மாசானத்தின் தலையைத் தனது மடியில் வைத்துக் கொண்டு அழுது அரற்றினாள் பத்திரகாளி.

அவ்வளவுதான். மாசானத்தின் உடல் அன்றைக்கே புதைக்கப் பட்டது. அன்றைக்குத் தலைகுனிந்த பத்திரகாளி இன்றுவரை தலை நிமிரவே இல்லை.

கோழி வளர்த்துத் தனியாகப் பிழைத்து வருகிறாள். ஒவ்வொரு திங்கள் கிழமையும் இரணியல் சந்தைக்குப் போய், கோழிகளை

விற்று அதில் கிடைக்கும் காலணாவிலும் சக்கரத்திலும் (ரூபாயிலும்) காலத்தைக் கழித்து வருகிறாள்.

"பா... பா... பா..." என்று கோழிகளைக் கூப்பிட்டாள் பத்திரகாளி. கோழி எதுவும் அவளிடம் வரவில்லை.

திங்கள் கிழமை என்றால் கோழிகளுக்கும் தெரியும் போலிருக்கிறது. பத்திரகாளி சந்தைக்குப் பிடித்துக்கொண்டு போய்விடுவாள் என்று அவை புரிந்துகொண்டவை போல் தலையைத் திருப்பிக்கொண்டபடி நின்றன.

"ஏட்டீ... பொன்னாயீ..! இங்ஙன கொஞ்சம் வந்துட்டுப் போயேன்... சனியன் புடிச்ச கோழி ஒண்ணும் கைக்கு ஆம்பிட மாட்டேங்குது... எல்லா நாளும் என்னைச் சுத்திச்சுத்தி வர்ற இந்த எழவு கோழிய இன்னைக்கு எனக்கு ஆட்டம் காட்டுது..." என்று பக்கத்துக் குடிசையை நோக்கிக் குரல் கொடுத்தாள்.

வெளியே வந்து எட்டிப் பார்த்த பொன்னாயி, "யம்மா... இந்தா வாறேன்... இந்தக் கருப்பட்டியை அடுக்கி வச்சிட்டு வாறேன்..." என்றாள்.

பொன்னாயிக்குப் பின்னாலே வந்தான் அவளது கணவன் முத்தையா.

"நாடாச்சியம்மாவுக்குக் கோழி ஒண்ணும் ஆம்பட மாட்டேங்குதாக்கும்... நீங்க... அங்ஙன இருங்க நாடாச்சி... நாரை எடுத்து வச்சிக்கிடுங்க... நான் புடிச்சித் தாறேன்..." என்றான்.

"ஆமா... நாடான்... நீ வந்தாதான் இந்தக் கோழியளுக்கு நடுக்கம். அந்தக் கருங்காலிக் கோழியையும் செவலைக் கோழியையும் இங்க புடிச்சுக் கொண்டா ஐயா..." என்று ஆயாசத்துடன் உட்கார்ந்தாள் கிழவி.

பத்திரகாளி தனிக்கட்டையாக இருந்தாலும் தைரியமானவள். அந்தப் பனங்காட்டுக்குள் தனியாகக் குடிசைபோட்டு வாழ்ந்து வருகிறாள்.

பாண்டிக் காட்டில் இருந்து முத்தையா பனை ஏற வந்த பிறகுதான் பக்கத்தில் ஒன்றிரண்டு குடிசைகள் வந்துள்ளன.

சுமார் முப்பது வருஷமாய்க் குடிசையுடனும் கோழியுடனும் காலத்தைக் கழித்து வருகிறாள்.

"இந்தாங்க... அம்மா... கருங்காலி ஆம்பட்டுக்கிட்டு... அந்தச் செவலையைப் புடிச்சிட்டு வந்திடுறேன்" என்று சொல்லி, கோழியைப் பத்திரகாளியின் கையில் கொடுத்துவிட்டுப் போனான்.

முத்தையா, கோழியை விரட்டிப் பிடிக்கும்போது அவனது கழுத்தில் தொங்கிய சிலுவை கைகளில் சிக்கியது. அதைத் தூக்கி முதுகுப்பக்கமாகப் போட்டுவிட்டு மீண்டும் செவலைக் கோழியை விரட்டினான்.

மிரண்டுபோன கோழி, கிழவி வீட்டுக் குடிசை மீது தாவிப் பறந்து மோட்டில் நின்றது. 'கெக்... கெக்...' என்று கெக்கரித்தது.

முத்தையா கோழியைப் பிடிக்க ஓடுவதையே பார்த்துக் கொண்டிருந்த பத்திரகாளி "பாழாய்ப் போன சனியன் மோட்டுக்கு மேல ஏறி நிக்குது பாரு... மோட்டுல தாவுற கோழி வீட்டுக்கு ஆகாதுப்பா... அதைப் புடுச்சுடு" என்று எழுந்து வந்தாள் கிழவி.

முத்தையா அருகில் கிடந்த செங்கட்டியை எடுத்துக் கூரையில் நின்ற செவலையை நோக்கி எறிந்தான்.

செங்கட்டி பட்ட செவலைக் கோழி எதிர்ப்பக்கமாக இறங்கியது.

குடிசைக்குப் பக்கவாட்டில் பதுங்கிப் பதுங்கி நடந்த முத்தையா பின்பக்கம் போகவும் கோழி இறங்கவும் சரியாக இருந்தது.

திடீரென்று நிமிர்ந்து, கோழியின் காலைப் பிடித்து இழுத்தான்.

தோல்வியிலிருந்து தப்பிக்க வழி தேடிய செவலை இறக்கைகளைப் 'பட... பட'வென்று அடித்துக் கத்தியது. தப்பிக்க முடியாது எனப் புரிந்ததும் மரண அவஸ்தையை வெளிப்படுத்துவது போல் தெளிவில்லாத கெக்கரிப்புக் குரலில் அலறியது.

எதைப் பற்றியும் கவலைப்படாத முத்தையா என்ற ஜான் முத்தையா அந்தச் செவலைக் கோழியைப் பத்திரகாளிக் கிழவியிடம் கொடுத்தான்.

இந்தக் கோழி பிடிக்கும் களேபரத்திற்கும் தனக்கும் சம்பந்தம் இல்லாதவள்போல் கருப்பட்டியை நார்ப்பெட்டியில் அடுக்கிக் கொண்டிருந்த பொன்னாயி என்ற மரிய பொன்னாயி வெளியே வந்தாள்.

முத்தையாவும் பொன்னாயியும் போன மாசம் வரை சுடலைமாடன் கோயிலுக்கும் இசக்கி அம்மன் கோயிலுக்கும்தான் போய்க்கொண்டிருந்தார்கள். இந்த ஞாயிற்றுக் கிழமைதான் அவனது கழுத்தில் சிலுவையும் பெயருக்கு முன்னால் ஜானும், அவளது பெயருக்கு முன்னால் மரியமும் கூடின.

“நேரம் கழிஞ்சு போவு... சீக்கிரம் வா, ஆத்தா! சந்தைக்குப் போய்ட்டு வந்துரலாம்...” என்று பத்திரகாளி கிழவி பொன்னாயியை கூப்பிட்டாள். கருப்பட்டி அடுக்கிய இரண்டு நார்ப் பெட்டிகளையும் வெளியே கொண்டுவந்து வைத்தாள் பொன்னாயி.

“ஏழா! அந்தச் சின்ன நார்ப்பெட்டியைத் தூக்கிட்டு நாடாச்சி கூட நீ சந்தைக்கு நடந்து போ... நான் கொஞ்ச நேரங்கழிச்சு வந்திடுறேன்” என்று முத்தையா சொன்னது பொன்னாயிக்கும் சரியாகத்தான் பட்டது.

பத்திரகாளி கிழவி இரண்டு கோழிகளையும் தோளில் தொங்கப்போட்டுக் கொண்டாள். பொன்னாயி நார்ப் பெட்டியைத் தலையில் எடுத்துக் கொண்டாள்.

அதுவரை மார்பை மறைத்திருந்த முந்தானையை எடுத்துத் தலையில் சும்மாடு சுற்றியிருந்தாள் பொன்னாயி.

ஒரு மாதத்திற்கு முன்பு நார்ப்பெட்டியைத் தலையில் வைத்துக்கொண்டு பொன்னாயி சந்தைக்குப் போகும்போது இடுப்புக்குமேல் உள்ள சேலை முழுவதையும் சுருட்டிச் சும்மாடாக்கித்தான் அவள் நடந்தாள்.

இப்போது அவளது மார்பை ஜாக்கெட் மறைத்திருந்தது. சேலையிலும் பின்னால் தொங்கிய பகுதியை மட்டுமே சும்மாடாக்கியிருந்தாள்.

சந்தைக்கு நடக்கும்போதே அவளது நெஞ்சு ‘திக்... திக்’ என்று அடித்துக்கொண்டது.

பாதிரியார் எவ்வளவுதான் தைரியம் கொடுத்திருந்தாலும் அதெல்லாம் இப்போது கைகொடுக்கவில்லை.

‘வருவது வரட்டும்’ என்ற அசட்டுத் தைரியம்தான் பொன்னாயியை வழி நடத்தியது.

03

இரணியல் சந்தை இங்கிருந்து நான்கு அல்லது ஐந்து பர்லாங் தூரம் இருக்கும்.

வெளியே தைரியமாய் நடந்தாலும் பொன்னாயிக்கு உள்ளூரக் குளிர் நடுக்கிக் கொண்டுதான் இருந்தது. எப்போது என்ன நடக்குமோ என்று பயந்துகொண்டே நடந்தாள்.

சந்தைக்குள் போவதற்கு இன்னும் பத்தடி தூரம்தான் இருக்கும். வெளியே பொரி உருண்டை வியாபாரிக்குப் பக்கத்தில் நாலுபேர் பொன்னாயியை வெறித்துப் பார்த்துக்கொண்டு நின்றார்கள்.

அவர்களுக்குப் பின்னால் பதினைந்தடி தூரத்தில் சுமார் இருபதுபேர் நின்றுகொண்டிருந்தார்கள்.

பொரி உருண்டை வியாபாரிக்குப் பக்கத்தில் நிற்பவர்களில் ரெண்டு, மூன்று பேர் ஒவ்வொரு திங்கள் கிழமையும் சந்தைக்கு வந்துவிடுவார்கள். வியாபாரம் எதுவும் செய்வதும் இல்லை. எதுவும் வாங்குவதும் இல்லை. மேய்வதற்கு என்றே வருகிறார்கள்.

கண்களால் மேய்வதுடன் சில சமயங்களில் உடலாலும் உரசி மேய்வது அவர்களுக்கு வழக்கம்.

ஆனால் அவர்களுடன் வேறு ரெண்டு மூன்று பேர் நின்றதும், சிறிது தூரத்தில் மேலும் இருபது பேர் நின்றதும், பொன்னாயிக்கு மேலும் பயத்தைக் கொடுத்தது.

மற்ற நாட்களில் இப்படி நாலாபுறமும் பார்த்து நடக்க மாட்டாள் அவள். இன்று வழக்கத்திற்கு மாறாக அவள் ஜாக்கெட் போட்டுவிட்டு வெளியே நடந்ததால் ஏற்பட்ட பயம்தான் அது.

பொரி உருண்டை வியாபாரி பக்கத்தில் நின்ற நான்கு பேரில் இரண்டு பொறுக்கிகள் தவிர ஒருவர் பாஸ்கரன் நாயர். இன்னொருவர் மாடன் ஐயாவின் தம்பி, சிதம்பரம்.

பொறுக்கிகளில் ஒருவன் பொன்னாயி அருகில் வந்து, "என்னழா சில்லு கருப்பட்டி என்ன விலை..?" என்றான்.

"ஏலே... கருப்பட்டி எங்கலே தெரியுது... அதைத்தான் மூடி வைச்சிருக்காளே..!" என்றான் இன்னொருவன்.

"அட... மூடியிருக்கிறதைத் திறந்து வியாபாரத்தை முடிச்சிட வேண்டியதுதான்" என்றபடி கையை நீட்டினான் ஒருவன். இன்னொருவன் அவளது ஜாக்கெட்டைப் பிடித்துக் கிழித்தான்.

"கருப்பட்டி விக்கிற நாய்க்கு நாயர் போல ஜாக்கெட் கேக்குதாக்கும்" என்றபடி புடவையைப் பிடித்து இழுத்தான் இன்னொருவன்.

பொன்னாயியின் தலையில் இருந்த பெட்டி கீழே விழுந்து கருப்பட்டிகள் ஓடைக்குள் சிதறி ஓடின.

ஒரு நொடிக்குள் நிதானித்துக்கொண்ட பொன்னாயி திமிறுவதற்குள் அருகில் வந்த பத்திரகாளி கிழவி, "ஏலேய்... சின்னச் சாதி நாய்களா... எங்க பொண்ணடி மேலையாலே கை வைக்கிறே..." என்று கோழியைக் கீழே போட்டுவிட்டு ஒருத்தனின் வேட்டியைப் பிடித்து இழுத்தாள்.

பின்னால் கருப்பட்டியுடன் வந்த முத்தையாவுக்கு கிழவியின் சத்தம் கேட்டது. வேகமாக அங்கே ஓடினான். அவன் 'பின்னால் வருகிறேன்' என்று சொன்னதற்குக் காரணமே எதற்கும் தயாராக வரவேண்டும் என்றுதான்.

ஓடி வரும்போதே இடுப்பில் சுற்றியிருந்த திரச்சி மீன்வாலை எடுத்துக்கொண்டு வந்தான்.

பொன்னாயியின் ஜாக்கெட்டைக் கிழித்தவன் திரச்சி மீன் வால் அடி பொறுக்காமல் சுருண்டு விழுந்தான்.

பொரி வியாபாரிக்கு அருகில் சம்பந்தம் இல்லாதது போல் நின்றுகொண்டிருந்த பாஸ்கரன் நாயர் "ஏலேய்..." என்று குரல் கொடுத்தார்.

தூரத்தில் நின்றுகொண்டிருந்த இருபது பேர் 'திபு... திபு'வென்று ஓடிவந்தார்கள்.

இதற்குள் சந்தை முழுவதும் செய்தி பரவிவிட்டது. 'நாடார் பொண்ணை, நாயர்கள் மானக்கேடு பண்ணிவிட்டார்கள்' என்றும் 'கிறிஸ்தவப் பெண்ணை நாலாஞ்சாதிப் பயல்கள் ஜாக்கெட்டைக் கிழிச்சுப் போட்டானுவ' என்றும் கேள்விப்பட்டு சந்தைக்குள் வியாபாரத்திற்கும் வாங்குவதற்கும் வந்திருந்த நாடார்களும் கிறிஸ்தவர்களும் சந்தை முகப்புக்கு ஓடிவந்தார்கள்.

பொரி வியாபாரி பக்கத்தில் நின்ற ஒரு பொறுக்கி அதற்குள் பத்திரகாளி கிழவியின் முடியைப் பிடித்து இழுத்துத் தள்ளினான்.

பொரி உருண்டைக்காரரர் உட்கார்ந்திருந்த கல்லில் விழுந்து மயங்கிவிட்டாள் கிழவி. அதன்பிறகு அவள் எழுந்திருக்கவில்லை.

முத்தையாவின் திரச்சி வால் அடிபட்டுச் சுருண்டவனைப் பொன்னாயி கருப்பட்டிப் பெட்டிக்குள் இருந்த வெட்டரிவாளை எடுத்து ஓங்கி வெட்டினாள். விழுந்த வெட்டை அவன் கைகளால் தடுத்தான். அவனது வலதுகை மணிக்கட்டு வெட்டுப்பட்டுத் தொங்கியது.

பின்னாலிருந்து ஓடிவந்த ஒருவன் முத்தையாவின் திரச்சி வாலைப் பிடித்து இழுத்தான், காலால் எத்தினான்.

கீழே விழுந்த முத்தையா எழுந்து வருவதற்குள் காலால் எத்தியவனின் காலில் பொன்னாயியின் அரிவாள் வெட்டு விழுந்தது.

நிலைமை தீவிரமாவதைக் கண்ட பாஸ்கரன் நாயரும் சிதம்பரமும் வாய்க்காலுக்குள் விழுந்தடித்துக் கொண்டு ஓடினார்கள்.

சந்தைக்குள் இருந்து வெளியே வந்த நாடார்களும் கிறிஸ்தவர்களும் சேர்ந்துகொண்டு சண்டைபோடத் தொடங்கியதால் பாஸ்கரன் நாயர் கொண்டுவந்த இருபது பேராலும் தாக்குப்பிடிக்க முடியவில்லை.

இதற்குள் நெய்யூர், இரணியல் முழுவதும் செய்தி பரவிவிட்டது. இரணியல் சந்தையில் நாயர்களை நாடார்கள் அடிக்கிறார்கள் என்று தெரிந்த நாயர்கள், வழியில் கண்ட நாடார் பெண்களையும் கிறிஸ்தவப் பெண்களையும் மானபங்கப் படுத்தினார்கள்.

பத்மநாபபுரம் ஊர்க்காவல் படையில் ஒரு பிரிவு இரணியல் சந்தைக் காவலுக்கு வந்திருந்தது. அவர்களும் சேர்ந்துகொண்டு கலவரம் செய்தார்கள்.

காவலுக்கு வந்திருந்தவர்களே பெண்களின் சேலையை உருவியதையும் கிறிஸ்தவர்களைத் தாக்கியதையும் கண்டு கொதித்துப் போனவர்கள், யார் என்று பார்க்காமல் வந்த நாயர்களை எல்லாம் வெட்டிச் சாய்த்தார்கள்.

04

மேற்குக் கடற்கரைப் பகுதியில் கடியப் பட்டினத்திற்கு அருகில் உள்ள ஊர் மண்டைக்காடு. அங்கே பகவதி அம்மன் கோயில் ஒன்று உள்ளது.

மண்டைக்காட்டில் உள்ள மிஷன் பங்களாவில் மீட்பாதிரியார் தங்கி, கிறிஸ்தவ சமயப் பணிசெய்து வந்தார்.

பங்களாவுக்கு அருகில் இருந்த தேவாலயத்திற்கு ஒவ்வொரு ஞாயிற்றுக்கிழமையும் கிறிஸ்தவர்கள் வழிபாட்டுக்கு வந்தார்கள். இவ்வாறு வருவோரின் எண்ணிக்கை ஒவ்வொரு வாரமும் அதிகரித்துக்கொண்டே இருந்தது.

கிறிஸ்தவ தேவாலயத்துக்கு வரும் பெண்கள், நாயர் பெண்களைப்போல் ஜாக்கெட் அணிந்து அதன்மேல் முந்தானை போட்டுக்கொண்டு வந்தார்கள். ஆண்கள் கணுக்கால் வரை வேட்டி கட்டிக்கொண்டு வந்தார்கள். ஒருசிலர் தோளில் துண்டும் போட்டுக்கொண்டு வந்தார்கள்.

கிறிஸ்தவத் தேவாலயத்திற்குப் போகும் பிற்படுத்தப்பட்ட ஆண்களும் பெண்களும் நாயர்குல ஆண்களையும் பெண்களையும்போல ஆடை அணிவதைக் கண்ட ஏனைய பிற்படுத்தப்பட்டோரும் தேவாலயத்துக்கு வரத் தொடங்கினார்கள்.

இதைக் கண்ட நாயர்களுக்கு எரிச்சல் அதிகரித்தது. மேலாடை அணியக்கூடாது என்றும் முரட்டுத்துணிதான் அணியவேண்டும் என்றும் விதிக்கப்பட்டிருந்த ஆண்களும் பெண்களும் அவர்களைப் போல் மேலாடையும் மெல்லிய ஆடையும் அணிந்ததைக் கண்ட நாயர்கள் பொங்கி எழுந்தார்கள்.

திருவிதாங்கூர் ஆட்சி நம்மிடம் இருக்கிறது. நம்மிடமும் நமது பண்ணைகளிலும் அடிமை வேலை செய்யும் இந்தத் தாழ்ந்த ஜாதி நாய்கள் இவ்வளவு உயர்ந்த ஆடை அணிந்து போகின்றார்களே!

நம்மைக் கண்டால் பத்தடி தள்ளி, தலைகுனிந்து கொண்டு போன இவர்கள் தலைநிமிர்ந்து நடக்கின்றார்களே!

குடைகூடக் கொண்டுபோகக் கூடாது என்று தடை விதிக்கப்பட்ட இந்த நாய்கள், ஒரு கையில் குடையும் இன்னொரு கையில் வேதாகமப் புத்தகத்தையும் தூக்கிக்கொண்டு செல்கிறார்களே! என்ற ஆத்திரம்.

ஒருசில கிறிஸ்தவப் பெண்கள் மீட் பாதிரியாரின் மனைவியிடம் தொடர்ந்து படித்து லேஸ் பின்னவும் குரோஸ் பின்னவும் கற்றுக்கொண்டார்கள். லேஸ் தைக்கப்பட்டு அவர்கள் அணிந்த ரவிக்கைகள், நாயர் பெண்கள் அணிந்த ரவிக்கையை விடவும் அழகாக இருந்தன.

கிறிஸ்தவர்களாக மதம் மாறிய பெண்கள் அணிந்துகொண்ட ரவிக்கைகளைப் பார்த்து மதம் மாறாத பெண்களும் அணிந்தார்கள்.

தொடக்கத்தில் வீட்டுக்குள்ளே மட்டும் பிறபடுத்தப்பட்ட பெண்கள் ரவிக்கை அணிந்தார்கள். அதன்பிறகு சுற்றுப் புறங்களுக்குச் செல்லும்போதும் ரவிக்கையும், முந்தானையுடன் சேலையும் அணிந்தார்கள். பின்னர் பொது இடங்களுக்கும் சந்தைக்குப் போகும்போதும் ரவிக்கை அணியத் தொடங்கினார்கள்.

நாடார் பெண்கள் தோள் சேலை போடுவதற்கும் கிறிஸ்தவர்களாக மாறுவதற்கும் காரணம் மீட் பாதிரியார்தான் என்று மேல்ஜாதிக் கூட்டம் முடிவெடுத்தது. அதற்குமேல் அந்தக் கூட்டம் சிந்திக்க விரும்பவில்லை.

அவர்கள் மீட் பாதிரியாரைத் தாக்குவதற்குப் போனார்கள். ஆனால் அதே வேகத்தில் மீட் பாதிரியாரைத் தாக்கினால் அவர்கள் எடுத்தக் காரியம் வெற்றியுடன் முடியாது என்று பாஸ்கரன் நாயருக்குத் தோன்றியது.

எவ்வளவோ திட்டமிட்டுச் சந்தையில் கலவரம் நடத்திய பிறகும்கூட நாயர்கள் அதில் தோல்வியையே சந்தித்தார்கள்.

நாம் சேர்த்துள்ள ஆள் படை போதாது என்பதை அப்போதுதான் உணர்ந்தார் பாஸ்கரன் நாயர்.

அவர்கள் மானத்துக்காகப் போராடுகிறார்கள். அதனால் ஜெயிக்கிறார்கள். வெறும் வறட்டுக் கௌரவத்துக்காகப் போராடும் ஒன்பது ஆளுக்கு அவர்களில் ஒருவன் சமமாக இருக்கிறான் என்பது பாஸ்கரன் நாயருக்குப் புரிந்தது.

காலையில் வீட்டைவிட்டுப் போன சிதம்பரம் இன்னும் திரும்பவில்லை என்பது மாடன் ஐயாவின் மனத்துக்குள் முள்ளாகத் தைத்தது.

தம்பி, சிதம்பரத்தின் மீது கொண்ட பாசம் ஒரு பக்கம் என்றாலும் இரணியல் சந்தையில் நடைபெறும் கலவரம் இந்தக் கூலிக்காரர்களுக்கு ஒரு பாடமாக இருக்க வேண்டும் என்ற எண்ணம் கொண்டவர் அவர்.

எப்படியும் இந்தக் கூலிகள், தோளில் போட்ட துண்டை இடுப்பில் கட்ட வைத்துவிடலாம் என்ற இறுமாப்புடன்தான் மாடன் ஐயா இரணியலுக்கு வந்தார்.

அங்கேதான் அவர் முதன்முதலில் பாஸ்கரன் நாயரைச் சந்தித்தார். இருவருக்கும் கருத்தில் இருந்த ஒற்றுமை இருவரையும் ஒன்று சேர்த்தது.

அன்று இரவே பாஸ்கரன் நாயர், மாடன் ஐயா, சிதம்பரம் மூவரும் சேர்ந்து திட்டம் தீட்டினார்கள்.

"இந்த நாடார் பொண்ணுங்க, கிறிஸ்தவ மார்க்கத்தில் சேர்ந்ததாலதான் இப்படி ஜாக்கெட் போட்டுட்டு அலையுறாங்க" என்றார் பாஸ்கரன் நாயர்.

"நம்மட்ட கால்படி அரிசிக்கும் ஒரு ராத்தல் மரச்சீனிக் கிழங்குக்கும் தவியாத் தவிச்சவங்களுக்கு இந்தத் தைரியம் எப்படி வந்தது?" என்று கேட்டார் மாடன் ஐயா.

"இது ஒண்ணும் புரியாத விஷயம் இல்லை. இந்த மீட் பாதிரி வந்த பிறகுதான் இப்படி ஆட்டம் போடுறானுவ" என்று அவர்களுக்குப் புரியவைத்தான் சிதம்பரம்.

"நாம எய்தவனை விட்டுட்டு அம்பைத்தான் விரட்டிவிரட்டி அடிச்சுக்கிட்டிருக்கோம்" என்றார் பாஸ்கரன் நாயர்.

“சரியா சொன்னீர் ஓய்! இதுக்குத்தான் நாயர் வேணுங்கறது” என்றார் மாடன் ஐயா.

“இதுக்கெல்லாம் காரணமான அந்த மீட் பாதிரியாரை ஒழிச்சுக் கட்டினால்தான் இனிமேயாவது இந்தப் பயல்க பயந்துகிட்டு இருப்பானுங்க...” என்று சொன்னார் பாஸ்கரன் நாயர்.

அதுவரைக்கும் பேசாமல் நின்றுகொண்டிருந்த சிதம்பரத்திற்கும் மாடன் ஐயாவுக்கும் பாஸ்கரன் நாயர் சொன்னது ரொம்பச் சரி என்று தோன்றியது.

“மீட் பாதிரியார்தான் இதுக்கெல்லாம் காரணம்ங்கறது வாஸ்தவம்தான். அவரைப் போட்டாதான் நாம தலை நிமிர்ந்து நடக்க முடியும்ங்கறதும் வாஸ்தவமான பேச்சுதான்... ஆனா, அவருக்குப் பிரிட்டீஸ்காரங்க சப்போர்ட் இருக்குதே ஓய்...” என்று சந்தேகத்தைக் கிளப்பினார் மாடன் ஐயா.

“சரிதான்... சப்போர்ட் இருக்கு... அதனால அவரை விட்டுடலாங்கிறீரா... ஓய்..!

திருவிதாங்கூர் அரசாங்கத்தில இருக்கிற நானே பயப்படாம இருக்கிறேன்... நீர் ஒரு தனி அரசாங்கம் நடத்துற அளவுக்கு ஆள் அம்பு, நிலம் நீச்சுன்னு இருக்கிறவரு. இப்படிப் பயப்படுறீரே!”

“நானா... பயந்தவன்..! அதொண்ணும் இல்லை ஓய்..! அவரைக் கொல்றது ரொம்ப ரகசியமா இருக்கணும் ஓய்..! ராத்திரியோடு ராத்திரியா தீர்த்திடணும்..!” என்றார் மாடன் ஐயா.

“இதைத் தள்ளிப் போட்டுக்கிட்டு இருக்கப்புடாது ஓய். உடனே காரியத்தை முடிச்சிடணும்” என்றார் பாஸ்கரன் நாயர்.

சிதம்பரத்துக்கும் பாஸ்கரன் நாயர் சொல்லுவதுதான் சரி என்று தோன்றியது.

05

மண்டைக்காடு சர்ச் முன்பு நடப்பட்டிருந்த கிறிஸ்துமஸ் மரம் பல வண்ணத்தாள் அலங்காரங்களுடன் நின்றது.

அங்கங்கே நட்சத்திரங்கள் கட்டித் தொங்கவிடப் பட்டிருந்தன.

அன்று டிசம்பர் 31.

இரவு பன்னிரண்டு மணியைத் தாண்டினால் 1829 பிறக்கும். இதைக் கொண்டாட வேண்டும் என்று மீட் பாதிரியார் நினைத்திருந்தார்.

புதிதாக வந்து சேர்ந்திருந்த கிறிஸ்தவர்களுக்குப் புத்தாண்டுக் கொண்டாட்டங்கள் பற்றி விளக்கிக் கொண்டிருந்தார் அவர்.

மத வேறுபாடு கருதாமல் ஏழை மக்கள் பலர் அந்தக் கொண்டாட்டத்தில் கலந்து கொள்வதற்கு அங்கே கூடியிருந்தார்கள்.

அஞ்சிஅஞ்சிச் செத்துக்கொண்டிருந்தார்கள் அந்த ஏழைகள். விலங்குகளைவிட இழிவாக அவர்கள் நடத்தப்பட்டார்கள். வயிற்றை நிரப்புவதற்குப் போதுமான அளவு சாப்பாடு அவர்களுக்குக் கிடைக்கவில்லை.

புத்தாண்டுக் கொண்டாட்டத்தில் கலந்து கொள்கிறவர்களுக்கு நல்ல சாப்பாடு உண்டு என்று அறிந்த ஏழைகளின் கூட்டம், கூடிக்கொண்டே இருந்தது.

அவர்களை எல்லாம் ஒழுங்குப்படுத்தி இயேசு கிறிஸ்துவின் பெருமைகளையும் அவரைச் சேர்வதால் நமக்குக் கிடைக்கும் பாவ விடுதலையையும் மீட் பாதிரியார் விளக்கிக்கொண்டிருந்தார்.

மணி பன்னிரண்டை நெருங்கிக்கொண்டிருந்தது.

சர்ச் வளாகத்தில் உற்சாகம் பொங்கிக்கொண்டிருந்தது.

புத்தாண்டு வழிபாட்டுக்கான ஏற்பாடுகள் நடந்துகொண்டிருந்தன.

கூட்டத்தைத் தாங்காமல் சர்ச் தத்தளித்தது.

மணி பன்னிரண்டு.

சர்ச்சில் பாதிரியார் பிரசங்கத்தைத் தொடங்குவதற்கு முன்பாகப் பாடல்கள் புத்தகத்தைக் கையில் எடுத்தபடி "ஒரு கிறிஸ்தவ கீதத்தை நாம் எல்லோரும் சேர்ந்து பாடுவோம்" என்றார்.

தேர்ந்தெடுக்கப்பட்ட சில கிறிஸ்தவ இளைஞர்கள் அழகான ஆடை அணிந்து சர்ச்சின் மேடைப்பகுதியில் நின்றுகொண்டு கையிலிருந்த பாடல் புத்தகத்தைப் பார்த்துப் பாடினார்கள். அவர்களைத் தொடர்ந்து எல்லோரும் பாடினார்கள்.

பாடல் முடிந்ததும் பாதிரியார் எல்லோருக்கும் புத்தாண்டு வாழ்த்துக்களைக் கூறி, தேவச் செய்தியை வழங்கினார்.

வெளியே, திருவிதாங்கூர் அரசின் அலுவலர்கள் பலர், பாதிரியாரைப் பார்த்துப் புத்தாண்டு வாழ்த்துச் சொல்வதற்காகக் காத்துக்கொண்டு இருந்தார்கள். அவர்களுக்கென்று பாதிரியார் வீட்டுக்குமுன்பு ஒரு கீற்றுக் கொட்டகைப் போட்டு அதில் வரிசையாக பெஞ்சுகள் போட்டிருந்தன.

பாஸ்கரன் நாயரும் பாதிரியாரைப் பார்த்து, புத்தாண்டு வாழ்த்துச் சொல்வதற்காகக் காத்துக்கொண்டிருந்தார். வெறுங்கையோடு பார்த்தால் நன்றாக இருக்காது என்று எலுமிச்சம்பழம் கொண்டு வந்திருந்தார்.

பிரசங்கத்தை முடித்துக்கொண்டு பாதிரியார் வீட்டுக்கு வந்தார்.

கீற்றுக்கொட்டகையில் இருந்தவர்கள் எல்லோரும் எழுந்து நின்றார்கள்.

அவர்கள் எல்லோரையும் பார்த்துப் புன்னகைத்துக்கொண்டு பாதிரியார், வீட்டுக்குள் போனார்.

சர்ச்சுக்குப் பக்கத்தில் போடப்பட்டிருந்த கொட்டகையில் புத்தாண்டு விருந்து நடந்துகொண்டிருந்தது. பருப்பு, சாம்பார், ரசம்

என்று விதவிதமான உணவு வகைகளையும், இனிப்பு வகைகளையும் இதுவரை பார்த்து அறியாத மக்கள் அன்று வயிறு நிரம்ப உண்டார்கள்.

ஒவ்வொருவராக உள்ளே அழைத்தார் பாதிரியார். சிலர் உள்ளே போய்விட்டுத் திரும்பும்போது சந்தோஷமாகத் திரும்பினார்கள். சிலர் உள்ளே போனபோது இருந்த மகிழ்ச்சி வெளியே வரும்போது குறைந்து வெளியேறினார்கள்.

பாஸ்கரன் நாயரின் முறைவந்தது.

பாதிரியாரைப் பார்த்து அவரது கைகளில் எலுமிச்சம் பழத்தைக் கொடுத்துப் புத்தாண்டு வாழ்த்துக் கூறினார்.

பாதிரியார் கோபப்பட்டு யாரும் பார்த்திருக்க முடியாது. அவ்வளவு அமைதியானவர். அவரது மனத்திலிருந்த தெளிவு அவரது முகத்தில் தெரியுமளவிற்குச் சாந்தம் அவரிடம் குடிகொண்டிருக்கும்.

பாஸ்கரன் நாயரைப் பார்த்ததும் பாதிரியாருக்குக் கோபம் கொப்பளித்தது. அவர் கொடுத்த எலுமிச்சம் பழத்தை வீசி எறிந்தார்.

"ஏண்டா... சாதி வெறிப் பிடித்தவனே! எங்கள் ஜனங்களைச் சந்தையிலும் தெருவிலும் மானபங்கப் படுத்திவிட்டு, அடித்து உதைத்துவிட்டு இங்கே புத்தாண்டு வாழ்த்தா சொல்ல வந்திருக்கிறாய்..! நீ, மனுசனே இல்லை" என்று ஆவேசமாகத் திட்டி அவரை வெளியேற்றிவிட்டார் பாதிரியார்.

இரணியல் திங்கள் சந்தையில் மரிய பொன்னாயியின் ஜாக்கெட்டைக் கிழித்து மானபங்கப்படுத்தியதற்கும் பத்திரகாளி கிழவியைக் கல்லில் தள்ளிக் கொன்றதற்கும் காரணம் பாஸ்கரன் நாயர்தான் என்ற செய்தி பாதிரியாருக்குத் தெரிந்துவிட்டது.

அதனால்தான் அவர் ஆத்திரத்தின் உச்சிக்குப் போய்விட்டார். ஜாதிவெறி, கொலைவெறியாக மாறியதை அவரால் சகித்துக்கொள்ள முடியவில்லை.

பாதிரியாரின் ஆத்திரம், பாஸ்கரன் நாயரிடம் அப்போது எந்தச் சலனத்தையும் ஏற்படுத்தவில்லை.

பாஸ்கரன் நாயர் ஏற்கெனவே பாதிரியாரைப் பற்றி ஒரு முடிவெடுத்துவிட்டார். அவர் இப்போது வந்ததுகூட சர்ச் வளாகத்தையும் பாதிரியார் வீட்டையும் ஒரு நோட்டம் போடுவதற்கும் பாதிரியாரின் மனநிலையைத் தெரிந்து கொள்வதற்கும்தான்.

06

திருவிதாங்கூர் சமஸ்தானத்துக்கு சொந்தமானக் கோட்டைகளில் உதயகிரி கோட்டையும் ஒன்று. அந்தக் கோட்டையில் ஆங்கிலேயப் படையின் பிரிவு ஒன்று இருந்தது.

மண்டைக்காட்டிலிருந்து உதயகிரி கோட்டைக்கு ஐந்து மைல் தூரம்.

1829ஆம் ஆண்டு, ஜனவரி 3ஆம் நாள்.

இரவு ஒன்பது மணி.

மண்டைக்காட்டிலிருந்து ஒருவன் ஒரு கடிதத்துடன் உதயகிரி கோட்டையை நோக்கிச் சென்றுகொண்டிருந்தான்.

இரவு நேரமாதலால் அவனால் ஒரு வில்வண்டியையோ வேறு போக்குவரத்தையோ ஏற்பாடு செய்துகொள்ள முடியவில்லை. அதற்கு அவனுக்கு அவகாசமும் இல்லை.

அவன் ஒரு நொடியைக்கூட வீணாக்க விரும்பவில்லை.

வேகமாக நடந்துகொண்டிருந்தான்.

மார்கழி மாதத்துக் குளிர். சட்டையில்லாத அவனது வெற்று உடம்பு அந்தக் குளிருக்கு அஞ்சவில்லை.

தனது நோக்கம் எதுவோ அதில் உறுதியாக நடந்து போய்க்கொண்டிருந்தான்.

அவன்தான் தேவசகாயம். மீட் பாதிரியாரின் அன்புக்குப் பாத்திரமானவன். அவர் கொடுத்த கடிதத்தை எடுத்துக்கொண்டுதான் அவன் உதயகிரி கோட்டைக்குப் போய்க்கொண்டிருந்தான்.

•○•

பாஸ்கரன் நாயர் ஜனவரி மாதம் முதல் தேதி பாதிரியாரைச் சந்தித்த போது, அவர் நடந்துகொண்ட விதம் பாஸ்கரன் நாயரின் வெறியைத் தூண்டியது.

அங்கிருந்து நேரே மாடன் ஐயாவைப் பார்க்கப் போனார்.

சிதம்பரம், மாடன் ஐயா, பாஸ்கரன் நாயர் மூன்று பேருமாய் மூன்று நாட்களுக்குள் முந்நூறு நாயர்களைத் திரட்டிவிட்டார்கள்.

முந்நூறு பேரும் ரகசியமாய் மண்டைக்காட்டுப் பகவதி அம்மன் கோயிலுக்குப் பக்கத்து வீடுகளில் பதுங்கியிருந்தார்கள்.

பாஸ்கரன் நாயர் "ம்..." என்றால் போதும்.

முந்நூறு பேரும் பாதிரியாரின் வீட்டுக்குப் புறப்பட்டு விடுவார்கள்.

அவர்களில் பாதிபேர் திருவிதாங்கூர் சமஸ்தானத்தில் ஊழியம் செய்பவர்கள்.

தாசில்தார் பாஸ்கரன் நாயரால் பல வழிகளில் நன்மை அடைந்தவர்கள். இப்போதும் அவர்களுக்கு பாஸ்கரன் நாயர் சக்கரத்தை (ரூபாயை) வாரி இறைத்திருந்தார்.

ஒரு சக்கரத்தை ஒரு சாதாரணக் குடிமகன் பார்ப்பது கஷ்டம். அந்தக் காலத்தில் ஒவ்வொருவருக்கும் ஐம்பது சக்கரம் கொடுத்திருந்தார் பாஸ்கரன் நாயர்.

அரிவாள், பொந்துத்தடி, வேல்கம்பு, திரச்சி வால் போன்றவற்றுடன் முந்நூறு பேரும் தயாராக இருந்தார்கள்.

மாடன் ஐயாவின் மனம் படபடத்தது. உள்ளே கொஞ்சம் கலக்கமாகத்தான் இருந்தது.

'பாதிரியார் யாருக்கும் தீங்கு செய்தது இல்லை. அவரது மதக்கருத்துகளை அவர் சொல்கிறார். அதில் நம்பிக்கை கொண்ட பாவப்பட்ட மக்கள் அவர் பின்னால் போகிறார்கள். அவர்களைப் பாதிரியார் நம்மைப்போல் பண்பட்ட (?) மனிதர்கள் ஆக்குகிறார். இதனால் நமக்கு என்ன வந்தது?' என்றுதான் அவரது மனம் சிந்தித்தது.

மாடன் ஐயாவின் மனம் சஞ்சலப்படுவதைப் பாஸ்கரன் நாயர் உணர்ந்தார். இந்த ஊசலாட்டத்தை விடக்கூடாது என்று தீர்மானித்தார். ஜனவரி முதல் தேதி அவருக்கு ஏற்பட்ட அவமானம் அவரது கண்முன் தெரிந்தது.

"ஓய்..! இந்தப் பாதிரி இருக்கான்ல... இவன் சாதாரணப்பட்டவன் இல்ல ஓய்... நம்ம மண்டைக்காட்டுப் பகவதியைப் போய் பேய்ன்னு சொல்றான் ஓய்... சுசீந்திரம் தாணுமாலய சாமியைப் பார்த்துச் சாத்தான்னு சொல்றான் ஓய்... நம்ம அய்யப்பனைப் பார்த்துப் பூதம்னு சொல்றான் ஓய்... இவனை வச்சிப் பாக்கப்புடாது ஓய்... இவன் உயிரோட இருந்தான்னா நம்ம சாமியையே இல்லாம பண்ணிப்புடுவான் ஓய்... சட்டிக்குள்ளேயும் பெட்டிக்குள்ளேயும் கிடந்த சாதாரணப் பசங்களை உபதேசியார்னு சொல்லி நம்மளைவிட உயரத்தில கொண்டு போய்ட்டான் ஓய்... அழுக்கு வேட்டி இல்லாத பய எல்லாம் நம்ம முன்னால அங்கவஸ்திரத்தோட போறான் ஓய்... நீர் பார்த்தீர்தானே... உண்டுமா... இல்லையா..."

'ஆம்' என்பதுபோல் தலையை மட்டும் மேலும் கீழும் ஆட்டினார் மாடன் ஐயா.

"அதனாலதான் ஓய்... நாம இங்க வந்திருக்கோம்... முன்வச்ச காலைப் பின் வைக்கப்புடாது..! கேட்டீரா..? இது நம்ம மண்டைக் காட்டுப் பகவதிமேல ஆணை..! மனசுல புரிஞ்சீரா..? ஓய்..! சொல்லும்..! மண்டைக்காட்டுப் பகவதிமேல ஆணையாயிட்டு, இந்த மீட் பாதிரியை ஒழிச்சுக் கட்டுவோம்... கையை வையும் ஓய்... என்னவே சிதம்பரம்... நீரும் கையை வையும்..." என்று சொல்லி மூன்றுபேரும் சபதம் எடுத்துக்கொண்டார்கள்.

அடுத்த நொடி...

அருகிலிருந்த வீடுகளிலிருந்து திபுதிபுவென்று ஆள்கள் ஆயுதங்களுடன் வெளியேறினார்கள்.

பாதிரியார் எல்லாவற்றையும் தெரிந்துகொண்டார்.

இன்றைக்கே நம்மை கொல்லப் புறப்பட்டு விட்டார்கள் என்று புரிந்துவிட்டது.

வந்திருப்பவர்கள் அனைவரும் வெளியூர் ஆட்கள் என்பதையும் பாதிரியார் கண்டுகொண்டார்.

மண்டைக்காட்டில் இருந்த கிறிஸ்தவர்கள் அனைவரையும் ஒன்று சேர்த்துத் தனது காம்பவுண்டுக்குள் நிறுத்திவிட்டார். சுமார்

நூறுபேர் இருப்பார்கள். இவர்கள் மட்டும் போதாது என்பதை உணர்ந்தார்.

கேப்டன் சிபால்டின் படை வந்துவிட்டால், வந்திருக்கும் நாயர்கள் எல்லாரும் பயந்து ஓடிவிடுவார்கள் என்பது அவருக்குத் தெரியும்.

ஆனால், இன்று இரவே கேப்டனின் படை வந்துவிடும் என்று உறுதியாக நம்ப முடியாது.

கடிதம் கொண்டு போயிருக்கும் தேவசகாயம் நல்ல இளைஞன்தான். எடுத்தக் காரியத்தை முடிக்காமல் விடமாட்டான். என்றாலும் வழியில் நாயர்கள் யாரும் அவனை மடக்கிப் பிடிக்காமல் இருக்கவேண்டும். அப்படிப் பிடிக்காமல் அவன் உதயகிரிக்குப் போயிருந்தாலும், கேப்டன் சூழ்நிலையைப் புரிந்துகொண்டு இன்றைக்கே புறப்பட்டு வரவேண்டும். இதெல்லாம் நடப்பது அவ்வளவு எளிதான காரியம் அல்ல. ஆனால், சில சமயங்களில் சிரமமான காரியங்கள்தான் எளிதாக முடியும்.

பாதிரியார் மேல் நாயர்கள் ஒரு கண் வைத்திருக்கிறார்கள் என்பது அவருக்கும் தெரியும். ஆனால், இவ்வளவு பெரிய கூட்டத்தோடு அவர்கள் தாக்க வருவார்கள் என்று அவர் எதிர்பார்க்கவில்லை. அப்படி எதிர்பார்த்திருந்தால் இரண்டு நாள் முன்பாகவே உதயகிரிக்கு ஆள் அனுப்பி, படையை வரவழைத்திருப்பார்.

படை வந்தாலும் வராவிட்டாலும் உடனடியாக இப்போது என்ன செய்யவேண்டும் என்று சிந்தித்தார்.

மண்டைக்காட்டில் உள்ள மக்களைச் சந்தித்தார்.

கிறிஸ்தவர்கள், இந்துக்கள் என்று வேறுபாடு இல்லாமல் அனைவரையும் சந்தித்தார்.

"நான் இந்தப் பகுதியில் தேவகாரியம் செய்கிறேன். இது எனக்குத் தேவன் இட்ட பணி. இந்தக் காரியத்தைச் செய்யவிடாமல் இடையூறுகளைக் கொடுத்துக்கொண்டிருந்தார்கள் இங்குள்ள நாயர்களும் மற்றவர்களும் என்பது உங்களுக்குத் தெரியும்."

கூட்டம் அமைதியாக நின்றது. மேலும் சிலர் வந்து கூடினார்கள்.

"நான் யாரிடமும் கட்டாயமாக நடந்துகொண்டது கிடையாது. உங்களை உயர்த்துவதற்காக, உங்களுக்காகவே பாடுபட்டு வருகிறேன். அங்கே நின்றுகொண்டிருக்கிற தேவனுக்குப் பிரிய சகோதரி மேலாடை அணிந்திருக்கிறாள். நீங்களும் மேலாடை

அணிந்திருக்கிறீர்கள். இந்த உரிமைகள் நான் வருவதற்கு முன்பு உங்களுக்குக் கிடைக்கவில்லை. இந்த உரிமைகள் உங்களுக்குக் கிடைப்பதற்காகப் பாடுபட்டேன் என்று என்னை கொல்ல ஒரு பெருங்கூட்டம் இங்கே மண்டைக்காட்டில் கூடியிருக்கிறார்கள். கர்த்தரின் பிள்ளைகளாகிய உங்களிடம் நான் கேட்பது எல்லாம் 'நான் செய்தது தவறா' என்றுதான்" என்று சொல்லிய பாதிரியார் கூட்டத்தைப் பார்த்தார்.

"நீங்கள் செஞ்சதுதான் சாமி சரி... எங்க உயிரைக் கொடுத்தாவது உங்க உயிரை நாங்க காப்பாத்துவோம்..." என்ற கூட்டம் நேரே வீட்டுக்குப்போய் அரிவாள் சகிதமாய் காம்பவுண்டுக்குள் வந்து பாதுகாப்புக்கு நின்றது.

வீட்டுக்குள் பாதிரியார் முழங்காலிட்டு ஜெபித்துக் கொண்டிருந்தார்.

மண்டைக்காட்டுப் பகவதி அம்மன் கோயில் அருகிலிருந்து புறப்பட்ட நாயர்களின் கூட்டம் விரைந்து வந்து பாதிரியாரின் வீட்டையும் சர்ச்சையும் சூழ்ந்துகொண்டது.

எந்த நேரமும் அந்த அமைதியான பூமி போர்க்களம் ஆகலாம்.

எவ்வளவு வேகமாக நடந்தும் தேவசகாயத்தால் பத்து மணிக்குத்தான் உதயகிரியை அடைய முடிந்தது.

கோட்டை கதவுகள் எல்லாம் மூடப்பட்டுவிட்டன.

காவலுக்கு நின்றுகொண்டிருந்த சிப்பாய் தேவசகாயத்தை உள்ளே விடவில்லை. பாதிரியார் தந்திருந்த கடிதத்தைப் பார்த்த பிறகுதான் உள்ளே போவதற்கே அனுமதித்தான்.

சிபால்டு அப்போது தூங்கப் போய்விட்டார்.

"கேப்டன் தூங்குகிறார். இனிமேல் அவரைப் பார்க்க முடியாது. நீங்கள் நாளைக்குக் காலையில் வாருங்கள்" என்றான் உள்ளே பாராவில் இருந்த சிப்பாய்.

மீட் பாதிரியார் கொடுத்தனுப்பிய கடிதத்தைக் காட்டிய பிறகும் அவன் 'முடியாது' என்று சொல்லிவிட்டான்.

இவ்வளவு தூரம் வந்தும் கேப்டனையோ படைகளையோ அழைத்துப்போகவில்லை என்றால் எந்தப் பிரயோஜனமும் இல்லை என்பது தேவசகாயத்துக்குப் புரிந்தது.

"இன்னைக்கு கேப்பிட்டன் ஐயா வரல்லேன்னா, பாதிரியார் சாமியைக் கொன்னுடுவாங்க... அதனால நான் எப்படியாவது

கேப்பிட்டனைப் பாத்து மன்றாடுனா அவர் ஒத்துக்கிடுவாரு... நீங்க கேட்டுப் பாருங்க..." என்றான் தேவசகாயம்.

எப்படியோ சிபால்டைச் சந்திப்பதற்குத் தேவ சகாயத்திற்கு அனுமதி கிடைத்துவிட்டது.

இரவு வேளையில் படைகளுடன் போவதற்குச் சிபால்டு முதலில் தயங்கினார். ஆபத்தில் இருப்பது தன்னுடைய இனம் என்பது அவர் மனதில் சிறு சலனத்தை ஏற்படுத்தியது. ஒருவேளை பாதிரியாருக்கு ஏதாவது அசம்பாவிதம் நடந்துவிட்டால் ரெசிடெண்ட் துரைக்குப் பதில் சொல்லவேண்டியிருக்கும் என்பதையும் எண்ணிப் பார்த்தார்.

சிபால்டு இருபது குதிரை வீரர்களுடனும் நூற்று ஐம்பது காலாட்படை வீரர்களுடனும் துப்பாக்கிகளுடனும் மண்டைக் காட்டுக்குப் புறப்பட்டார்.

அடுத்தநாள் காலையில், மேலும் ஒரு படைப் பிரிவைப் புறப்பட்டு வருமாறும் ஆணையிட்டார்.

சிபால்டு தலைமையில் ஒரு படை மண்டைக்காட்டை நோக்கிப் புறப்பட்டது.

பாதிரியார் வீட்டைச் சூழ்ந்து நின்ற கூட்டத்திற்கு உதயகிரியிலிருந்து படை வரும் செய்தி கிடைத்தது. அந்த இடத்திலிருந்து உடனே பாஸ்கரன் நாயர் ஓடிவிட்டார்.

தாசில்தாரான அவரால் கேப்டன் சிபால்டைப் பகைத்துக் கொள்ள முடியாது.

பாஸ்கரன் நாயர் ஓடிவிட்டார் என்பதை அறிந்த மாடன் ஐயாவும் சிதம்பரமும் நேரே தோப்பூருக்குப் போய்விட்டார்கள்.

பாஸ்கரன் நாயர் வெளியேறியதும் பாதிரியார் வீட்டைச் சூழ்ந்து நின்ற கூட்டம் கலையத் தொடங்கியது.

உள்ளே நின்றுகொண்டிருந்த விசுவாசிகள், கலவரக்காரர்களில் ஒரு சிலரைப் பிடித்துக்கொண்டார்கள். அவர்களைச் சர்ச் வாசலில் இருந்த வேப்பமரத்தில் கட்டிவைத்தார்கள்.

சிபால்டு நேரே பாதிரியாரைப் பார்த்து, பிரச்சினையின் முழு விவரத்தையும் தெரிந்துகொண்டார்.

கொலைகாரர்கள் தப்பிவிட்டார்கள் என்பதை அறிந்த சிபால்டு கையில் அகப்பட்டவர்களைக் கைது செய்தார். அவர்களைக் குதிரை

வீரர்களிடம் ஒப்படைத்து அன்று இரவே உதயகிரிக்கு அனுப்பி வைத்தார்.

பிடிபட்டவர்களின் வாக்குமூலத்திலிருந்து யார், யார் இந்தக் கொலை முயற்சியில் ஈடுபட்டிருந்தார்கள் என்ற விவரத்தைப் பாதிரியார் தெரிந்துகொண்டார்.

நூறு சிப்பாய்கள் தொடர்ந்து பாதிரியாருக்குப் பாதுகாப்புக்காக நின்றார்கள்.

பாதிரியாரின் பாதுகாப்புக்கு உதயகிரியிலிருந்து படை வந்திருப்பதைப் பார்த்ததும், மண்டைக்காட்டு மக்களுக்குப் பாதிரியார் மேல் இருந்த மரியாதை மேலும் கூடியது.

பாதிரியாரின் பாதுகாப்புக்கு நின்ற கிறிஸ்தவர்களும் இந்துக்களும் ஆங்கிலேயப் படையைத் தங்களுடைய படை என்றே நினைத்தார்கள்.

இனிமேல் கவலை இல்லை என்ற உணர்வு அவர்களுக்கு மேலும் தைரியத்தைக் கொடுத்தது.

07

இரணியல் சந்தையில் ஏற்பட்ட கலவரம் தொடர்பாகவும் மண்டைக்காட்டில் பாதிரியாரைக் கொலை செய்ய முயற்சி செய்தது தொடர்பாகவும் நிறையபேர் கைது செய்யப்பட்டார்கள்.

அவர்கள் அனைவரும் பத்மனாபபுரம் நீதிமன்றத்தில் ஆஜர் செய்யப்பட்டார்கள்.

கைது செய்யப்பட்டவர்களில் பாஸ்கரன் நாயரோ சிதம்பரமோ மாடன் ஐயாவோ கிடையாது. அம்புகள் எல்லாம் மாட்டிக்கொண்டார்கள். எய்தவர்கள் அனைவரும் தப்பிவிட்டார்கள்.

இரணியல் சந்தைக் கலவரத்தின் காரணமாக முத்தையாவும் பொன்னாயியும்கூட கைது செய்யப் பட்டிருந்தார்கள்.

யார் கலவரத்தால் பாதிக்கப்பட்டார்களோ அவர்களே கைது செய்யப்பட்டிருப்பதைக் கண்டு கொதித்தார் மீட் பாதிரியார்.

பாதிக்கப்பட்ட கிறிஸ்தவர்களுக்காகவும் மற்றவர்களுக்காகவும் வழக்காட அவரே முன்வந்தார்.

முன்பே கலவரப் பகுதிகளைப் பார்வையிட்டு முடித்திருந்த திவான் வெங்கிட்ட ராவ் வழக்கை விசாரித்தார்.

நீதிமன்றத்தில் சாட்சி சொல்வதற்காகக் கிறிஸ்தவப் பெண்களுடனும் மற்றவர்களுடனும் பாதிரியார் அரண்மனைக்கு வந்தார். அந்தப் பெண்கள் தோள்சேலை அணிந்திருந்ததுடன் ஜாக்கெட்டும் அணிந்திருந்தார்கள்.

"கோட்டைக்கு உள்ளே தோள் சேலையோட இந்தப் பொம்பளைங்களை விடமாட்டோம்" என்று தடுத்தார் காவலர் ஒருவர்.

நீதிமன்றத்திற்குப் போகும் வழியில்கூட நீதி இல்லையே என்ற கவலையுடன் மேலாடைகளைக் கழற்றினர் பெண்கள். அதன்பிறகுதான் அவர்கள் அரண்மனைக்குள் செல்வதற்கு அனுமதிக்கப்பட்டார்கள்.

இரணியல் கலவர வழக்கு விசாரணை முதலில் தொடங்கியது.

"சான்றோர் பெண்கள் மேலாடை போடக்கூடாது என்று ராணியின் சட்டம் இருந்த பிறகும் பொன்னாயி மேலாடை அணிந்தது சட்ட மீறல்" என்று திவான் தெரிவித்தார்.

"மேலாடை போடக்கூடாது என்று தடுத்த நாயர்களை முத்தையா திட்டமிட்டுத் தாக்கியுள்ளான். அதுமட்டும் அல்லாமல் சான்றோர்களை ஒன்று திரட்டிச் சந்தை வெளியிலும் வெளியேயும் மேல்ஜாதி மக்களைத் தாக்கியிருக்கிறான்" என்று மேலும் குற்றம் சாட்டினார் திவான்.

"கிறிஸ்தவப் பெண்கள் மேலாடை அணியலாம் என்று 1823ஆம் ஆண்டே சமஸ்தானத்தில் அறிவிப்பு வெளியிடப் பட்டுள்ளது. அதன்படிதான் மரிய பொன்னாயி மேலாடை அணிந்துள்ளாள்" என்று தெரிவித்தார் மீட் பாதிரியார்.

"கிறிஸ்தவர்கள் மேலாடையோ தோள் சேலையோ அணியலாம் என்று அறிவிப்பு வெளியிட்டதற்கு எந்த ஆதாரமும் இல்லை. அவர்கள் வேண்டுமானால் குப்பாயம் அணிந்துகொள்ளலாம் என்றுதான் தெரிவிக்கப்பட்டுள்ளது" என்பதைச் சுட்டிக்காட்டினார் திவான்.

"சந்தை வெளியில் மேலாடை அணிந்த ஒரு பெண்ணின் மேலாடையை ஒரு ஆண் பிடித்து இழுத்து மானபங்கம் செய்தது முறையான செயலா?" என்று பாதிரியார் எழுப்பிய கேள்வி, திவானுக்கு ஆத்திரத்தைத் தூண்டியது என்றாலும் அதை அவர் வெளிக்காட்டிக் கொள்ளவில்லை.

"பிரச்சினையை ஊதிஊதிப் பெரிது செய்வது தீர்வாக முடியாது. எல்லா ஜாதியாரும் ஏற்றுக்கொள்ளும்படி பொது முடிவு எடுப்பதுதான் சரியாக இருக்கும்... நாயர்கள் தரப்பில் 'மேலாடை போடக்கூடாது' என்று தடுத்ததாகத்தான் புகாரில் தெரிவித்துள்ளார்கள்."

"ஐயா... நீங்கள் சமஸ்தானத்தின் திவான். உங்கள் அதிகாரிகளில் சிலர்தான் இரணியல் சந்தையில் கலவரத்தைத் தூண்டியதாகத் தெரிகிறது" என்றார் பாதிரியார்.

"எல்லா மக்களையும் ஒன்றாக நினைக்கும் பாதிரியார் நீங்கள். இப்படி எல்லா அதிகாரிகளையும் குறை சொல்வது முறையாகாது. யார் என்று குறிப்பிட்டுச் சொன்னால் நடவடிக்கை எடுக்கலாம்"

"தாசில்தார் பாஸ்கரன் நாயர்தான், நாயர்களையும் வேறு மேல்ஜாதிக்காரர்களையும் தூண்டிவிட்டுள்ளார்."

"வழக்கில் சம்பந்தம் இல்லாத அதிகாரிமேல் தாக்கீது கொடுப்பது நியாயம் இல்லை. நீங்கள் சந்தைக் கலவரத்தை நேரில் பார்த்தீர்களா?"

"நான் பார்க்கவில்லை. ஆனால், இந்த மரிய பொன்னாயி பாதிக்கப்பட்டுள்ளாள். பத்திரகாளி கிறிஸ்தவப் பெண் இல்லை. ஆனாலும் நாயர்களால் தாக்கப்பட்டுள்ளாள்; மண்டையில் அடிபட்டு இறந்தும் போயிருக்கிறாள். அதோ நிற்கிற முத்தையாவும் தாக்கப்பட்டிருக்கிறார். இதோ இந்தச் சகோதரியும் கிறிஸ்தவப் பெண் இல்லை. இவளையும் அடித்துக் கையை உடைத்துள்ளார்கள்" என்று கையில் கட்டுப்போட்டிருந்த பெண்ணையும் பொன்னாயியையும் திவான் முன் நிறுத்தினார் பாதிரியார்.

"மேலாடை சம்பந்தமாக மேல்ஜாதிக்காரர்களோ நாடார்களோ ஏனைய ஜாதிக்காரர்களோ இனிமேல் எந்தக் கலவரத்திலும் இறங்கக்கூடாது. கிறிஸ்தவப் பெண்கள் மேலாடை பற்றி விரைவில் ராணியார் அறிவிப்பார். ஆனால் கிறிஸ்தவப் பெண்கள் மார்பை மறைக்க மட்டும் அணிந்து கொள்வதுதான் நியாயம். மேல்ஜாதிப் பெண்களைப்போல் ஜாக்கெட் அணிவது பிரச்சினையைத்தான் வளர்க்கும்" என்றார் திவான்.

"பத்திரகாளிக் கிழவியைக் கொலை செய்யக் காரணமான சிலருக்கு மட்டும் தண்டனை வழங்கப்படும். இதற்காக மேல் விசாரணை நடத்த உத்தரவிட்டுள்ளேன்" என்று கூறிய திவான், மண்டைக்காட்டில் மீட் பாதிரியாரைக் கொலை செய்ய முயன்றவர்களை விசாரித்துத் தண்டனை வழங்கினார்.

08

வஞ்சி நாட்டின் அரசியான பார்வதிபாய் மகாராணி வெளியிட்ட அறிவிப்பு.

"இரணியல், கல்குளம், விளவங்கோடு ஆகிய தாலுகாக்களில் உள்ள கிராமங்களில் வாழும் சான்றோர்குலப் பெண்கள் பழைய வழக்கத்திற்கும் அரசாங்க ஆணைகளுக்கும் மாறாக மேலாடை அணிகின்றனர். அரசாங்க ஊழிய வேலை செய்வதற்குச் சான்றோர் குல மக்கள் மறுப்புத் தெரிவித்துள்ளனர். மேலும் சான்றோர் குலமக்களுக்கும் நாயர் குலமக்களுக்கும் இடையில் தொடர்ந்து கலகங்கள் பல மூண்டிருக்கின்றன. இது குறித்து அரசு கீழ்க்கண்டவற்றைத் தெரிவிக்கிறது.

சான்றோர் குலப்பெண்கள் மேலாடை அணிவதற்கு யாதொரு நியாயமும் இல்லை. எனவே, இவர்கள் மேலாடை அணியும் வழக்கத்தை நிறுத்தும்படி கட்டளையிடப்படுகிறது. இது முதற்கொண்டு அவர்கள் மேலாடையான தோள் சீலையை அணியக்கூடாது. கிறிஸ்தவச் சமயத்தைச் சான்றோர் குலமக்கள் தழுவினால் சான்றோர் குலப்பெண்கள் தோள் சீலை அணிவதற்குப் பதிலாகக் குப்பாயம் அணிந்துகொள்ளலாம் - என்று 998ஆம் ஆண்டு வைகாசி மாதம் 7ஆம் நாள் (23.5.1823) எல்லா

இடங்களுக்கும் கட்டளை அனுப்பியுள்ளோம். எனினும் அந்த அரசாங்க ஆணைக்குக் கீழ்ப்படியாமல் சான்றோர் குலப்பெண்கள் மேலாடை அணிய வழக்குமன்றத்தில் ஒரு தீர்ப்பு ஏற்பட்டிருப்பதாகச் சொல்லி, அதை ஆதாரமாகக் காட்டுவதால் மேற்படி நீதிமன்றத் தீர்ப்பு அதிகாரப் பூர்வமானதல்ல என்றும், மேலே குறிப்பிட்ட அரசாங்கக் கட்டளை சட்டமாக்கப்பட்டு மறுபடியும் பிரசுரம் செய்யப்படுகின்றது.

எல்லாச் சான்றோர் குலமக்களும் அக்குலத்திலிருந்து கிறிஸ்தவ சமயம் தழுவியவர்களும் ஏனைய மக்களைப் போன்று அரசாங்க ஊழிய வேலை செய்யவேண்டும். கிறிஸ்தவ சமயம் தழுவினவர்கள் மட்டும் ஞாயிற்றுக்கிழமைகளில் ஊழிய வேலை செய்ய வேண்டியதில்லை.

எல்லா மக்களுக்கும் அவர்களுக்கு விருப்பமான மதங்களைத் தழுவுவதற்கு அனுமதி வழங்குகின்றோம். எனினும், எந்த மதத்தைச் சார்ந்தவர்கள் ஆனாலும், முற்கால வழக்கப்படி உயர்சாதி மக்கள் மட்டும் கையாளும் பழக்க வழக்கங்களையும் நடவடிக்கைகளையும் ஏனைய தாழ்ந்த குலமக்கள் கையாளக்கூடாது. எந்தச் சாதியைச் சேர்ந்தவர்களானாலும் உத்தமர்கள் அவர்தம் மதங்களுக்குத் தொல்லைகள் தரும் செயல்களில் ஈடுபடமாட்டார்கள். கிறிஸ்தவ மதம் உயர் அதிகாரிகளுக்குப் பணிந்து நடப்பதற்கு முன்மாதிரி புகட்டும் ஒரு சமயம். ஆகையால் அம்மதத்தைத் தழுவினோர் அமைதிக்கு எதிரான செயல்கள் செய்வார்கள் என்று எண்ண வழியில்லை.

நமது மக்கள் அனைவரும் அவரவர்களுடைய பழக்க வழக்கங்களின்படி நடந்துகொள்ள அனுமதி வழங்குகின்றோம். எனினும் எந்தச் சாதியை அல்லது எந்த மதத்தைச் சார்ந்தவர்களானாலும் அரசாங்க அலுவலர்களிடம் விண்ணப்பித்து அனுமதி பெறாமல் கோயில்கள், பள்ளிகள் முதலியவற்றைக் கட்டி எழுப்பக்கூடாது. அரசாங்க அலுவலர்களுக்குத் தெரியப்படுத்தப்படும்போது அவர்கள் ஏனைய சாதியினர் அல்லது மதத்தினருக்குத் தடையில்லாத இடங்களைத் தெரிந்துகொள்வார்கள்.

கிறிஸ்தவ மார்க்கம் தழுவிய சில சான்றோர் குலமக்கள் அரசாங்க அலுவலர்களை மதிக்காமலும் அவர்களிடம்

விண்ணப்பம் செய்யாமலும் வேறு ஆட்களிடம் விண்ணப்பம் செய்தபடியால் அரசாங்கத்தால் நியமிக்கப்பட்ட அதிகாரிகள் அல்லாமல் மற்ற எவருக்கும் அரசாங்கம் மேற்கூறிய அதிகாரத்தைத் தரவில்லை என்று தெரியப்படுத்துகின்றோம்.

அரசாங்க அதிகாரிகள் மக்களின் நன்மைக்கு மாறான செயல்களில் ஈடுபட்டால் நீதிமன்றங்களில் அவர்களது குற்றங்கள் விசாரணை செய்யப்பட்டு நிரூபிக்கப்பட்டால் அவர்கள் தண்டனை பெறுவதோடு பதவியிலிருந்தும் விலக்கப்படுவார்கள்.

பிரச்சினைகளுக்குத் தீர்ப்பு காண விண்ணப்பம் செய்ய வேண்டிய இடங்களைத் தெரிவித்திருக்கின்ற படியால் அதற்கு மாறாகச் செயல்படுபவர்கள் தண்டிக்கப்படுவார்கள் என்றும் அமைதிக்கு ஊறு விளைவிக்கும் வண்ணம் செயல்படுபவர்களிடம் அரசாங்கம் இரக்கம் காட்டாது என்றும் அறிவிக்கப்பட்டுள்ளது.

இந்தச் சட்டம் பார்வதிபாய் ராணியின் கொடூரத்தன்மையைக் காட்டியதாகவே பாதிரியார் எண்ணினார். சமஸ்தான அரசின் முகமாகவே இதைக் கருதினார்.

சான்றோர் பெண்களின் மேலாடைத் தொடர்பான போராட்டம் மேலும் தொடரவேண்டும் என்பதைப் புரிந்துகொண்டார். ஒரு பெண் அரசிக்குப் பெண்கள் மேலாடை அணியாமல் அனுபவிக்கும் கஷ்டங்கள் தெரியாதா? அல்லது தெரியாததுபோல் நடிக்கிறாரா? அல்லது மேல்ஜாதிக்காரர்கள் அரசிக்குத் தகவல்கள் போகாமல் தடுத்துவிடுகிறார்களா என்று பல கோணங்களில் சிந்தித்தார் பாதிரியார். அவரால் மகாராணியைப் பற்றி ஒரு தெளிவான முடிவுக்கு வர இயலவில்லை.

09

மாடன் ஐயாவும் மாடத்தியும் பாஸ்கரன் நாயர் வீட்டுக்கு வரும்போது பாஸ்கரன் நாயர் வீட்டில் இல்லை.

"வரணும், வரணும். பிள்ளே வருவில்லேன்னு ஞான் பேடிச்சுப் போயி. அண்ணன் அங்ஙன மகாராஜாவின் எதிர்நின்னு விழிக்கான் போயி... காலத்தே திவான் கிருஷ்ணராவ் அவ்விடம் இருன்னு. சேச்சி எங்ஙன இருக்கின்..." என்று மாடத்தியையும் வரவேற்றாள் அலமு.

"ஓ... திவான் கோயில்கிட்ட இருக்கிறாரா! அதுதான் அந்தப் பக்கத்தில ஒரே கூட்டமா கிடந்தது..! சரி சரி, இப்பத்தான் எனக்குப் புரியுது" என்றார் மாடன் ஐயா.

"இன்னைக்கி ஆறு மணிவாக்கில் மகாராஜா உத்திரம் திருநாள் இவ்விட வரும்" என்றாள் அலமு.

"அப்ப, பாஸ்கரன் நாயரை இப்ப புடிக்க முடியாது. அவர் ஆலாப் பறந்துகிட்டு இருப்பார். மகாராஜா விஜயம்னா சும்மாவா?! கண்கொள்ளாக் காட்சியா இருக்கும்" என்றார் மாடன் ஐயா.

அவர் கண்கொள்ளாக் காட்சியாக இருக்கும் என்று சொன்னதன் பொருள் மாடத்திக்குப் புரியவில்லை.

ஆனால், அலமு புரிந்துகொண்டாள். இருபது வருடமாக அவருடன் குடும்பம் நடத்தினாலும் மாடன்

ஐயாவைப் பற்றி மாடத்தி புரிந்துகொண்டது எல்லாம் கொஞ்சம்தான். அவர் வீட்டில் இருக்கும் நேரமே கொஞ்ச நேரம்தான். அந்த நேரத்திலும் பெரும்பாலும் பண்ணைப் பிரச்சினைகளைப் பற்றித்தான் அவர் பேசிக்கொண்டிருப்பார்.

வாரத்துக்கு ஒருநாள் தவறாமல் வண்டிப் போட்டுக்கொண்டு அவர் சுசீந்திரத்திற்கு வந்துவிடுவார். சுசீந்திரத்திற்கு வரும்போது அவரிடம் உண்டாகும் உற்சாகம் வண்டி மாடுகளையும் தொத்திக் கொள்ளும். அவையும் மணிகளை அசைத்தபடி குதிரைபோல் பாய்ந்து நடக்கும். நாயர் தெருவில் நடந்துபோய் அலமுவைப் பார்ப்பது என்றால் அவ்வளவு சந்தோஷம் மாடன் ஐயாவுக்கு.

மார்பில் பாதி மறைந்தும் மறையாமலும் ஒரு மெல்லிய துணியைப் போர்த்திக்கொண்டு, குளித்து முடித்த தலைமுடியில் ஒரு சிறு விரல் அளவை இரண்டு காதுகளின் மேல்பக்கத்திலிருந்து எடுத்து அரிசிப் பின்னலாய்ப் பின்னி, முடிவில் ஒரு முடிச்சு போட்டுக்கொண்டு, அந்த முடிச்சின் வழியாகத் துளித்துளியாய் ஈரம் சொட்டச்சொட்ட அவர்கள் கோயிலுக்கு அதிகாலைப் பூஜைக்குப் போகும்போதும்... பிரகாரத்தில் அவர்கள் நடந்து செல்வதைப் பார்க்கும்போதும்... சாமியைப் பார்க்கும்போதும் அவர்கள் தங்கள் கன்னங்களில் தொட்டு வணங்கும்போதும் அந்தக் கன்னங்களில் ஏற்படும் அழுத்தத்தைப் பார்க்கும்போதும் மாடன் ஐயாவுக்கு உடம்பு தானாக முறுக்கேறிக் கொள்ளும்.

அப்போதெல்லாம் தாணுமாலய சுவாமி அவர் கண்களுக்குத் தெரியமாட்டார். இந்தப் பெண்கள் மட்டுமே அவர் கண்களுக்குத் தெரிவார்கள். இந்த இளமை நாட்களில்தான் மாடன் ஐயா ஒருநாள் அலமுவைப் பார்த்தார்.

மீட் பாதிரியாரைக் கொலை செய்யத் திட்டம் தீட்டி மண்டைக்காட்டில் முற்றுகைப் போட்டிருக்கும்போது மாடனுக்கு வயது இருபது. அப்போது அவர் மாடத்தியைக் கல்யாணம் செய்திருக்கவில்லை. சின்ன வயதிலேயே அவருடைய அப்பா, பண்ணையையும் அடிமைகளையும் மாடனின் பொறுப்பில் விட்டுவிட்டு, சிவலோக பதவி அடைந்துவிட்டார்.

அப்போதெல்லாம் சிதம்பரம் அவ்வளவாகப் பண்ணையைக் கவனிப்பது இல்லை. மாடன் மட்டும்தான் பண்ணையையும் கவனித்துக்கொண்டு வெளி விவகாரங்களிலும் ஈடுபட்டுவந்தார்.

சுசீந்திரம் தாணுமாலய சுவாமிதான் அவருக்கு குலதெய்வம். அவர்கள் வைத்திருக்கும் நிலங்களில் பெரும்பகுதி சுசீந்திரம்

கோயிலுக்குச் சொந்தமானது என்றுதான் பலரும் பேசிக் கொண்டார்கள்.

அதெல்லாம் பழங்கதை. இப்போது சொன்னால் பொறாமையால் சொல்வதைப்போல் தெரியும். 'சிவன் சொத்து குலநாசம்' என்று சொல்லிய சொல் எல்லாம் வெறும் காற்றோடுதான். மாடன் ஐயாவும் சிதம்பரமும் 'ஜாம்... ஜாம்...' என்று அனுபவித்துக் கொண்டுதான் இருக்கிறார்கள்.

சிவன் வயிற்றிலேயே அடிக்கத் தெரிந்தவருக்கு ஏழைகள் வயிற்றில் அடிப்பதும், சாதி ஆணவத்தை வளர்ப்பதும் ஒன்றும் பெரிய விஷயம் இல்லை.

எங்கெல்லாம் பிற்படுத்தப்பட்ட, தாழ்ந்த ஜாதியர் 'வேலை செய்யமாட்டோம்' என்று கிளம்புகிறார்களோ அங்கெல்லாம் மாடன் ஐயாவும் சிதம்பரமும் முன்னால் நிற்பார்கள்.

ஏழைகள் திடீரென்று வேலை செய்யாமல் உரிமைக் கேட்பதற்குக் காரணம் கிறிஸ்து மார்க்கம்தான் என்பது மாடனுக்கு அந்தக் காலத்திலேயே தெரிந்துவிட்டது. அதனால்தான் இரணியல் சந்தைக் கலவரத்திலும் மண்டைக்காட்டுக் கலவரத்திலும் அவர் ஈடுபட்டார்.

இந்த இரண்டு கலவரங்களைப் பொறுத்தவரை படுதோல்வி என்பதை மாடன் ஐயா புரிந்துகொண்டார். கிறிஸ்தவ மக்களையும் ஏனைய பிற்பட்ட ஜாதியினரையும் இனிமேலும் அடிமையாக்க முடியும் என்று அவருக்குத் தோன்றவில்லை.

10

மத்தியான வேளைக்குச் சாப்பிட வந்தார் பாஸ்கரன் நாயர்.

சாப்பிடுவதில் அவ்வளவாக நாட்டம் இல்லை அவருக்கு. மாடன் ஐயா வந்திருந்தால் பார்க்கலாம் என்றுதான் வந்திருந்தார்.

அவர் நினைத்தது போலவே மாடனும் மாடத்தியும் வந்திருந்ததைப் பார்த்ததும் பாஸ்கரன் நாயருக்குச் சந்தோஷம்.

நட்பு விசாரித்த பிறகு "வாங்க சாப்பிடலாம்" என்றார் பாஸ்கரன் நாயர். இருவரும் சாப்பிட்டுக் கொண்டிருக்கும்போது பழைய விஷயங்களை அசைபோட்டார்கள்.

அப்போது மாடனுக்கு இருபத்தைந்து வயது இருக்கும், கல்யாணம் ஆகிவிட்டது என்றாலும் அது ஒன்றும் மாடனின் பழைய நடவடிக்கைகளுக்குத் தடையாக இருக்கவில்லை.

ஒருநாள்...

ராத்திரி பன்னிரண்டு மணியிருக்கும்.

வண்டிப்புரை பக்கத்தில் படுத்திருந்த சுடலையை எழுப்பி வண்டிபூட்டச் சொன்னார் மாடன் ஐயா.

சுடலைக்கு ஒன்றும் புரியவில்லை. என்றாலும் ஏன், எதற்கு? என்று கேட்கவில்லை.

வண்டியைப் பூட்டித் தயாராக நிறுத்தினான். அந்த வில்வண்டிக்குள் கோச் பெட்டி உயரத்திற்கு எப்போதும் வைக்கோல் போடப்பட்டிருக்கும். அதற்குமேல் நல்ல சம்புப் பாய் மெத்து மெத்தென்று விரிக்கப்பட்டிருக்கும்.

அந்த வைக்கோல் இரண்டு வகையில் பயன்படும். மாட்டுக்குத் தீவனமாக எடுத்துப்போட்டுக் கொள்ளலாம். உட்கார்ந்து போகும்போது மெத்தைப் போன்றும் இருக்கும்.

மாடன் ஐயா வீட்டுக்குப் பின்பக்கத்திலிருந்து எதையோ முதுகுக்குப் பின்னால் மறைத்துக்கொண்டு வந்தார்.

"ஏலேய்... சுடலை... இதைக் கோச் பெட்டிக்குள்ள போடு" என்று ஒரு பந்தத்தையும் தீப்பெட்டியையும் கொடுத்தார்.

போய்ப் பணிவாக வாங்கிப் பெட்டிக்குள் போட்டான் சுடலை.

இடது கையில் இருந்த வெட்டரிவாள் இரண்டை அவனிடம் கொடுத்து வண்டிக்குள் வைக்கோலுக்குக் கீழ் வைக்கச் சொன்னார்.

வெட்டரிவாளைக் கையில் வாங்கினான் சுடலை. அது நிலவொளியில் மின்னியது.

"ஏலேய்... இந்த ராத்திரியில எதுக்குலே காளைக்குக் கழுத்து மணி கட்டியிருக்கிறே? அதை அவுத்து வண்டிப் புரைக்குள்ள வை" என்றார்.

வெட்டரிவாள் இரண்டையும் வைக்கோலுக்குள் பதுக்கிய சுடலை, மாட்டின் கழுத்து மணியை அவிழ்த்துக் கொண்டுபோய் வைத்தான்.

சுடலைக்கு விஷயம் புரிந்தது.

அப்போது அவனுக்குப் பதினைந்து வயதுதான். எட்டு வயதிலிருந்து மாடன் ஐயாவுக்கு வண்டி ஓட்டுகிறான்.

சுடலையாண்டியின் தகப்பனார் தங்கப்பழம். மாடன் ஐயாவின் தகப்பனார் காலத்திலிருந்து வண்டி ஓட்டியவர்.

சுடலையாண்டி பிறந்தது வளர்ந்தது எல்லாம் வண்டிப் புரையில்தான். அவனுக்கு வண்டி ஓட்டுவது ஆறு, ஏழு வயதிலேயே பழக்கமாகிவிட்டது.

காளை மாடு பூட்டுவதற்கு ஒரு தெம்பு வேண்டும் என்றுதான் தங்கப்பழம் அவனை வண்டிப் பக்கம் விடுவதே இல்லை.

ஆனால், சுடலை கட்டாயமாக வண்டிப்பூட்ட வேண்டிய அவசியம் அடுத்த ஆண்டே வந்துவிட்டது.

ஊரெல்லாம் பரவியிருந்த காலரா நோய்க்குத் தங்கப்பழமும் சுடலையின் தாய் முத்துலெட்சுமியும் ஒரு வாரத்திற்குள் பலியாகிவிட்டார்கள்.

சுடலை தப்பிப் பிழைத்ததே அதிசயம் என்பார் மாடன் ஐயாவின் தகப்பனார். அப்போதிருந்தே மாடனுக்கு வண்டியோட்டியாக இருக்கிறான் சுடலை.

சம்பளம் என்று இதுவரை ஒரு ஓட்டைக் காலணாகூட கிடைத்ததில்லை. பசி வந்தால் கிடைத்த பழைய சோற்றை தின்று காலத்தைக் கழிக்கிறான்.

ஆனால் அவனது உடலின் வலிமை மட்டும் நாளுக்குநாள் ஏறிக்கொண்டே இருந்தது. மாடன் ஐயாவின் தோப்புகளில் காணாமல்போகும் இளநீருக்கும் சுடலையின் உடல் வளர்ச்சிக்கும் நெருங்கிய தொடர்பு இருக்கும் என்பது மாடனின் கணிப்பு.

என்றாலும் அவர் அதைப் பெரிதாக நினைப்பதில்லை. 'எண்ணி மாளாமல் குவியும் தேங்காய் அம்பாரத்தில் இந்த இளநீர் எல்லாம் எந்த மூலைக்கு?' என்று அலட்சியமாக இருந்துவிடுவார்.

சுடலையின் விசுவாசமான உழைப்பும் அவர் அப்படி விடுவதற்குக் காரணம். ராத்திரி, பகல்; மழை, வெள்ளம் என்று பார்க்காமல் எந்த நேரத்திலும் வண்டி ஓட்டுவதற்குத் தயாராக இருப்பான்.

அதுமட்டுமல்லாமல் மாடன் பண்ணும் குசும்புகளுக்கெல்லாம் சுடலை சாட்சியாகவும் இருக்கிறான்.

இப்போதும் ஏதோ ரகசியமாகத்தான் மாடன் ஐயா கிளம்புகிறார்.

வண்டி கிளம்புவது வரை எங்கே போகவேண்டும் என்று சொல்லவில்லை.

வண்டி கிளம்பியதும், "வழுக்கம் பாறைக்குப் போ" என்றார்.

அடுத்த ஒருமணி நேரத்தில் - ராத்திரி ஒரு மணிக்கு வண்டி வழுக்கம்பாறை சர்ச் அருகில் வந்து நின்றது.

வண்டி வந்து நிற்பதையும் மாடன் ஐயா இறங்குவதையும் தூரத்திலிருந்து பார்த்துக்கொண்டு நின்ற பாஸ்கரன் நாயரும் மற்றும் இருவரும் அருகில் வந்தார்கள்.

"எல்லாம் சரியா இருக்கா" என்றார் பாஸ்கரன் நாயர்.

மாடன் ஐயா பதில் சொல்லாமல் சுடலையைப் பார்த்தார்.

கோச் பெட்டியில் இருந்த பந்தத்தையும் தீப்பெட்டியையும் எடுத்துக் கொடுத்தான் சுடலை.

அடுத்த சில நிமிடங்களில் வழுக்கம்பாறை சர்ச்சின் முன்பக்கத்துப் பந்தல் 'குபுகுபு' என்று பற்றி எரிந்தது. ஓட்டுக் கட்டடத்தின் உட்பகுதியில் தீப்பிடித்து, பட்டியல் ஆணிகள் 'பட்... படார்' என்று தெறித்து விழுந்தன.

எதுவும் நடக்காததுபோல் பாஸ்கரன் நாயரும் மற்றவர்களும் சுசீந்திரத்திற்குப் போய்விட்டார்கள். மாடன் ஐயாவின் வண்டி தோப்பூரை நோக்கிப் போய்க்கொண்டிருந்தது.

கட்டடத்தின் மேலே வானத்தை நோக்கி நடப்பட்டிருந்த சிலுவை கீழே சாய்ந்து விழுந்து எரிந்தது.

மாடன் ஐயாவுக்கும் பாஸ்கரன் நாயருக்கும் மனது குளிர்ந்தது.

11

"ஓய்..! பதினெட்டாம்படி இசக்கி அம்மன் கோயிலுக்கு நேர்ப் பார்வையில இந்தச் சர்ச்சைக் கட்டும்போதே இப்படி ஏதாவது நடக்கும்னு நான் நினைச்சேன். அது சரியா நடந்துபோச்சு. இவனுவளுக்கு வெவரம் பத்தாது ஓய்..." என்று தோப்பூரில் தனது பண்ணை வீட்டில் மாடன் ஐயா சொல்லிக்கொண்டிருந்தார்.

"பண்ணை, நீங்க இப்படிச் சொல்லுதியே. ஆனா, அவனுவ என்னன்னா, இது எவனோ வேணும்னு பண்ணிப்புட்டான்னு இல்லை சொல்றானுவ" என்றார் அருகில் நின்ற மணி வாத்தியார்.

"அட, எவன் ஓய்... அந்த கண்றாவியைச் செய்வான்! இது தெய்வக்குற்றம் ஓய்... அந்தச் சர்ச் கட்டினதுக்கு முஸ்தீபு பண்ணுனது யார் தெரியுமா ஓய்..."

"எனக்கு என்ன எழவு தெரியுது. திண்ணை உண்டு, நான் உண்டுன்னு இருக்கிதேன். அதைவிட்டா, ஐயா உங்களைப் பாக்க எப்பயாச்சும் வர்றேன். அவ்வளவுதான்" என்றார் மணி வாத்தியார்.

"பழையாத்து ஓடை இருக்குதுல்லியா ஓய்... அதுக்குப் பக்கத்தில ஒரு வாதையங்கோயில் இருக்கு தெரியுமா? அந்தக் கோயிலுக்கு ஒவ்வொரு ஒடுக்கத்து வெள்ளிக்கிழமையும் பொங்க வைப்பானே! அந்தத் தங்கையாதான் ஓய்... இந்த முஸ்தீப் எல்லாம்..."

"ஐயா, இப்ப சொல்றது சரியாத்தான் இருக்கும். அந்த வாதையங் கோயிலுக்கும் பதினெட்டாம்படி இசக்கி அம்மனுக்கும் கூட்டு உண்டும்னு வர்த்தமானம். அவிய சேர்ந்துதான் இந்தக் காரியத்தைப் பண்ணிப்புட்டாங்க"

"பின்னே, மனுஷன் கையில என்ன ஓய் இருக்கு... தெய்வக் குத்தம் பண்ணினா, அது பாத்துக்கிட்டு சும்மா இருக்காது ஓய்..." என்று மாடன் ஐயா சொன்னார்.

"சரி, சரி... நமக்கு ஏன் வீண் பொல்லாப்பு..." என்று மணி வாத்தியார் சொல்லும்போது சுடலையாண்டி வண்டிப்புரைக்கு வெளியே வந்தான்.

"ஏலேய்... சுடலை! இங்க வாலேய்! ஐயா... இந்தச் சுடலைக்கு ஏதாவது பண்ணவேண்டாமா? உங்க உப்பைத் தின்னு உங்ககிட்டயே வளர்ந்து வர்றான்..." என்றார் மணி வாத்தியார்.

"எனக்கு இல்லாத அக்கறையா ஓய் உமக்கு? போன வாரத்தில் ஒருநாள் இதைப்பத்தி பேச்சுக் கொடுத்தேன்... 'ஐயா, எனக்குன்னு என்னய்யா இருக்கு? நீங்க நல்லா இருந்தா, நான் இருந்தது போல'ன்னு சொல்றான். எதுக்கும் நேரங்காலம் வரவேண்டாமா. ஓய்... எனக்குத் தலைக்குமேல வேலை கிடக்கு" என்றார் மாடன் ஐயா.

"அப்ப நான் வாறேன்" என்று சொல்லிவிட்டுப் புறப்பட்டார் மணி வாத்தியார்.

வண்டிப்புரைகிட்ட நின்ற சுடலை அருகில் வந்தான்.

"ஏலேய் சுடலை, இந்த மணிவாத்தி வெள்ளனே இங்கே வந்து புலம்பிகிட்டுப் போறானே... இவனுக்கு ஏதாச்சும் விஷயம் தெரியுமோ?"

"ஒரு ஈ, காக்கைக்குத் தெரியாது ஐயா..." என்று முன்னால் வளைந்து சொன்னான் சுடலை.

"சரி, அப்ப நீ போய் உன் ஜோலியைப் பாரு. நான் அந்த மேலக்காடு வரைக்கும் போய்ட்டு வாறேன்" என்று சொல்லிவிட்டு மாடன் ஐயா வெளியேறினார்.

•○•

"சாப்பிடாம என்னத்தைப் பத்தி பெருசா யோசிக்கிறீரு" என்று மாடன் ஐயாவின் தோளில் தட்டினார் பாஸ்கரன் நாயர்.

"வேற என்னத்தை யோசிக்கிறது... நாம ரெண்டுபேரும் வழுக்கம்பாறையில பண்ணின கொள்ளிவாய்ப் பிசாசு வேலையைத்தான் நினைச்சுப் பார்த்தேன்" என்றார் மாடன் ஐயா.

"அங்ஙன யோசிக்கான் இதுவல்லே சமயம். ஊணு கழிக்கணும்" என்றாள் அலமு.

விருந்துக்காரர்களை வீட்டுக்காரங்கதான் உபசரிப்பாங்க. அது இயல்புதான். ஆனால் அலமேலுவின் உபசரிப்பு கொஞ்சம் வித்தியாசமாக இருந்ததாக மாடத்திக்குத் தோன்றியது.

காலையில் வந்ததிலிருந்து மாடன் ஐயா கூடத்திலே உட்காரவில்லை. உள்ளே அலமேலுவோடுதான் பேசிக்கொண்டிருந்தார்.

'அப்படி என்ன ஆம்பளையும் பொம்பளையும் தனியா உட்கார்ந்து சிரிச்சுப்சிரிச்சுப் பேசுறது...' என்ற எண்ணம் மாடத்தியை கொஞ்சம் உஷார்ப்படுத்தியது.

சாப்பிட்டுக்கொண்டிருந்த மாடத்தி எழுந்து கை கழுவப் போனாள்.

"அக்கா... என்ன சாப்பிடாம எழுந்து போய்ட்டாங்க..." என்றார் பாஸ்கரன்.

"அவ கெடக்கிறா... தலை கிலை வலிக்குமா இருக்கும்" என்று அதை ஒரு விஷயமாக்க விரும்பவில்லை மாடன் ஐயா.

மாடத்தியை மாடன் ஐயா ஒரு பொருட்டாகக் கருதவில்லை என்று தெரிந்துகொண்ட அலமேலு எதைப் பற்றியும் கவலைப்பட்டதாகத் தெரியவில்லை. மாடன் ஐயாவைப் போஷிப்பதிலேயே கவனமாக இருந்தாள்.

பாஸ்கரன் நாயருக்கு அந்த வேளையில் அதிகமாகப் பேசப் பிடிக்கவில்லை. சாதாரண நேரம் என்றால் மணிக்கணக்காகப் பேசிக்கொண்டிருப்பார்.

மஹாராஜா இன்றைக்குச் சாயங்காலம் வருகிறார். நாளைக்குத் தேர்வடம் பிடித்த பிறகுதான் திருவனந்தபுரத்திற்குப் புறப்படுவார் என்று செய்தி.

இந்த நேரத்தில் ஒரு தாசில்தார் மகாராஜாவை வரவேற்பதற்கு வேண்டிய காரியங்களைக் கவனிக்காமல் வீட்டில் உட்கார்ந்து சிரித்துப் பேசிக்கொண்டிருந்தால் நிரந்தரமாக வீட்டில் உட்கார வேண்டியதுதான்.

பாஸ்கருக்கு இந்த வேலையை நம்பித்தான் பிழைப்பு என்று இல்லை. ஆனால் இந்த வேலை இல்லாமல் அவரால் முடியாது. தாசில்தார் என்ற அந்தஸ்தில்தான் அவரால் நாயர்களை ஒன்றுதிரட்ட முடிகிறது. தாசில்தார் பதவி இல்லை என்றால், 'அட இவன் என்னய்யா சொல்றது' என்பதுபோல் எல்லோரும் பார்ப்பார்கள். அதனால்தான் அவர் தாசில்தார் வேலையில் ஒட்டிக்கொண்டிருக்கிறார்.

திவான் கிருஷ்ணராவ் எங்கே போனாலும் மத்தியானம் சாப்பிட்டதும் ஒரு குட்டித்தூக்கம் போட்டுவிடுவார். அது அவருக்கு உள்ள பழக்கம். இல்லையென்றால் ஒரு வேலையும் அவருக்கு ஓடாது.

திவானின் இந்தப் பழக்கம்தான் பாஸ்கரனுக்கு வசதியாக இருந்தது. அதனால்தான் இப்போது அவர் வீட்டில் இருக்க முடிகிறது.

சாப்பிட்டுவிட்டு எழுந்தார்கள் பாஸ்கரனும் மாடன் ஐயாவும்.

மாடன் ஐயா கை கழுவுவதற்கு அலமேலு, மொந்தன் செம்பில் தண்ணீர் கொண்டுவந்து குனிந்து கையில் ஊற்றினாள். அப்போது அவள் தோளில் தொங்கிய முண்டு மாடன் ஐயாவின் மேலே விழுந்தது.

முண்டு கீழே விழுந்ததைக்கூட அலமேலு கவனிக்கவில்லை. கை கழுவி முடித்த மாடன் ஐயாதான் அதை எடுத்து அலுமேலுவிடம் கொடுக்கப் போனார்.

"கை தொடைக்கணும் அல்லே... இந்தா, தொடச்சிட்டுக் கொடுக்கணும்" என்று குலுங்கியபடி சொன்னாள் அலமேலு.

சாப்பிடாமல் பாதியில் எழுந்திருந்த மாடத்தி நேரே தோட்டத்துப் பக்கம் வந்திருந்தாள்.

மாடன் ஐயா கை கழுவும்போது அலமேலுவின்மேல் துண்டு விழுந்தது முதல்கொண்டு எல்லாவற்றையும் அவள் பார்த்துக் கொண்டு பொருமினாள்.

வருஷந்தோறும் தேரோட்டத்துக்கு மாடன் ஐயாவுடன் மாடத்தியும் வந்துகொண்டுதான் இருக்கிறாள். இதுவரை அவளுக்கு வித்தியாசமாக எதுவும் தோன்றியதில்லை.

தாணுமாலய மூர்த்தியை அருகில் தேரின் மீது பார்ப்பதில் அவளுக்கு ஒரு வாய்ப்பாகத்தான் தேரோட்டம் தோன்றியது.

இப்போது அவளுக்கு எதுவுமே பிடிக்கவில்லை. தனக்கு முற்றிலும் தொடர்பில்லாத அந்நிய இடத்தில் நிற்பதுபோல் தோன்றியது.

பாஸ்கரன் நாயர் கோயிலுக்குப் புறப்பட்டார்.

“நாலு, அஞ்சு மணி வாக்கில அங்கே அக்காவையும் கூட்டிட்டு வாங்க. மகாராஜா கிட்டக்க நின்னு பாக்கலாம்” என்று சொல்லிய பாஸ்கரன் “வாறேன்...” என்று உள்நோக்கிக் குரல் கொடுத்துவிட்டு வெளியேறினார்.

“வெற்றிலே போடட்டே” என்று வெற்றிலைத் தட்டத்தை எடுத்து முன்வைத்தாள் அலமேலு.

மாடன் ஐயா ஒரு வெற்றிலைப் பிரியர். அவர் எங்கே கிளம்பினாலும் ஒரு வெள்ளி வெற்றிலைப் பெட்டியையும் கையோடு கொண்டுதான் போவார்.

அந்தப் பெட்டிக்குள் மூன்று சின்ன வெள்ளிப் பெட்டிகள் இருக்கும். ஒரு பெட்டிக்குள் கோரப்பாக்கு மெல்லிசாகச் சீவி வைக்கப்பட்டிருக்கும். இன்னொரு பெட்டிக்குள் நயம் யாழ்ப்பாணப் புகையிலை, நறுக்குகளாக இருக்கும். இன்னொரு பெட்டிக்குள் வாசனைச் சுண்ணாம்பு இருக்கும். எல்லாவற்றிற்கும் நடுநாயகமாக நல்ல கொடிக்கால் வெற்றிலை இருக்கும்.

தட்டத்திலிருந்து நாட்டு வெற்றிலையில் ஒன்றை எடுத்துக் காம்பைக் கிள்ளினார் மாடன் ஐயா. இரண்டாக மடித்தார். அப்படியே வெற்றிலையின் நடுநரம்பு வழியாக நுனியைக் கிள்ளி, கன்னமும் நெற்றியும் சந்திக்கும் பொருத்திலிருந்த வியர்வையில் ஒட்டவைத்தார். வெற்றிலைக் குளிர்ச்சி அவரது உடலில் பரவியது.

தோட்டத்தில் நின்ற மாடத்தியால் அங்கே நிற்க முடியவில்லை. கூடத்திற்குள் வந்தாள்.

“சேச்சி வரணும். எவ்விட போயி. ஞான் இவ்விட நின்ன காணானாய்ட்டு இருன்னு! இருக்கணும்!” என்ற அலமேலுவை நிமிர்ந்து பார்க்க மாடத்தி விரும்பவில்லை. முள்ளின்மேல் அமர்வதுபோல் கூடத்தில் அமர்ந்தாள்.

மாடன் ஐயாவைப் பற்றி ஒன்றும் மாடத்திக்கு நல்ல அபிப்பிராயம் கிடையாது.

அவர் இரவு நேரங்களில் சொல்லாமல் வெளியே எங்கேயோ போவதும் அதிகாலை வேளையில் மீண்டும் வருவதும் அவளுக்குத் தெரியும்.

ஏதோ கலவர விஷயமாகத்தான் போகிறார் என்று நினைத்திருந்தாள். இப்போதுதான் அவரின் போக்கு அவளுக்குப் புரிந்தது.

"என்ன பார்க்கிறே... கொஞ்சநேரம் இங்ஙன படுத்து ஒறங்கப்படாதோ..." என்று மாடத்தியைப் பார்த்துச் சொன்னார் மாடன் ஐயா.

"ஒறக்கம் வந்தா எனக்கு ஒறங்கத் தெரியாதாக்கும்" என்று கடுகடுப்பாய்ப் பதில் சொன்னாள் மாடத்தி. அந்தப் பதிலில் இருந்த கோபம் அலமேலுவுக்குப் புரிந்தது.

"நிங்ஙள் சம்சாரிச்சுக் கொண்டிருக்கணும். எனிக்கு அகத்து கொறச்சி ஜோலி உண்டு. ஞான் வருணேன்" என்ற அலமேலு அடுக்களை பக்கம் போனாள்.

உண்மையில் அலமேலு உள்ளே போனதற்குக் காரணம் மாடத்தியின் கடுகடுப்பான குரல்தான் என்பது மாடன் ஐயாவுக்குப் புரிந்தது.

அதே சமயம் மாடத்தி ஏன் கடுகடுப்பாகப் பேசினாள் என்பதும் மாடன் ஐயாவுக்குப் புரியாமல் இல்லை.

இந்த இடத்தில் அவர் எதையும் பேச விரும்பவில்லை. இருவரும் அந்நியர்களைப்போல ஒரே இடத்தில் எதையோ வெறித்துப் பார்த்துக்கொண்டு இருந்தார்கள்.

12

கோயில் அருகே மகாராஜாவை வரவேற்பதற்குரிய ஏற்பாடுகள் தடபுடலாக நடந்துகொண்டிருந்தன.

பல்லக்கு இறங்கும் இடம், பல்லக்கிலிருந்து மகாராஜா கோயிலுக்குப் போகும் பாதை, கோயிலில் அவர் தங்கும் இடம், அவர் ஓய்வு எடுக்கும் வீடு எல்லாவற்றையும் திட்டமிட்டுச் செய்துகொண்டிருந்தார் திவான்.

கோட்டாற்றிலிருந்து ஆசிராமம் வரைக்கும் அங்கங்கே மகாராஜாவை வரவேற்கக் குழுக்களை ஏற்பாடு செய்திருந்தார்.

ஆசிராமத்திலிருந்து சுசீந்திரம் வரை பல்லக்கு வரும் பாதையின் இருபுறமும் இருநூறு நாயர் பெண்கள் கையில் விளக்கேந்தி நிற்பதற்கு ஏற்பாடு செய்யப்பட்டிருந்தது.

இவர்கள் தவிர தென்னம் பூவையும் கமுகம் பூவையும் தாங்கியபடி இரண்டு வரிசையில் இருபது நம்பூதிரிப் பெண்கள் நிற்பதற்கும் ஏற்பாடு செய்யப்பட்டிருந்தது.

நடுவில் இருபது பெண்களின் இரண்டு வரிசை. அதற்கு வெளிப்புறமாக இருநூறு பெண்களின் இரண்டு வரிசை.

இந்த இருநூறு பெண்களும் ஐந்து ஐந்து அடி இடைவெளிவிட்டு நிற்கவேண்டும்.

இவர்களுக்கு வெளிப்புறமாகத் தொலைவில் பத்து அடிக்கு ஒரு தீவட்டி என்ற முறையில் தீவட்டிக்காரர்கள் நிற்கவேண்டும் என்றும் ஏற்பாடு செய்யப்பட்டிருந்தது.

தீவட்டிக்காரர்கள் முழங்காலுக்குக் கீழ் ஆடை அணியக்கூடாது என்பதைச் சொல்லியிருந்தார் திவான்.

திருவிதாங்கூர் சமஸ்தானத்தில் ஒரு விசித்திர உடைப் பழக்கம் உண்டு.

நாடார், ஈழவர், புலையர் போன்ற குலங்களில் உள்ள பெண்கள் எப்போதுமே மேலாடை அணியக்கூடாது.

நாயர் பெண்கள், நம்பூதிரிகள் முன்பும் மகாராஜா முன்பும் மேலாடை அணியக்கூடாது.

நம்பூதிரிப் பெண்கள் இறைவன் முன்பு மேலாடை அணியக்கூடாது என்ற கட்டுப்பாடு உண்டு.

நாடார் ஒருவர், ஒரு நம்பூதிரியைப் பார்க்கும்போது 36 அடிகள் தள்ளி நிற்கவேண்டும். அவர் ஒரு நாயரைப் பார்க்கும்போது 12 அடிகள் தள்ளி நிற்கவேண்டும். இந்தத் தூரம் புலையருக்கு 90 அடி 64 அடியாக இருந்தது.

நாயர்கள் வரும்போது எதிரில் அடிமைகள் யாரேனும் வந்தால் தொலைவிலேயே 'போ... போ...' என்று சத்தம் போடுவார்கள். மீறி வந்தால் அவர்களின் உயிர் அவர்களிடம் இருக்காது.

தாழ்ந்த ஜாதியைச் சேர்ந்தவர்களின் உயிருக்குத் திருவிதாங்கூரில் அக்காலத்தில் அவ்வளவுதான் மரியாதை இருந்தது.

மகாராஜா மார்த்தண்ட வர்மா காலத்தில் அவருக்கு அரசாங்கத்தில் தொடர்ந்து பல பிரச்சினைகள் இருந்து வந்ததாம். இந்தப் பிரச்சினைகளுக்கு எல்லாம் காரணம் தெய்வக்குற்றம்தான் என்று நம்பூதிரிகள் எடுத்துக் கூறினார்கள். நம்பூதிரிகள் எதைச் சொன்னாலும் மகாராஜா ஏற்றுக்கொள்ளும் காலம் அது.

இந்தத் தெய்வக்குற்றத்தைப் போக்கவேண்டும் என்றால் தாழ்ந்த ஜாதியைச் சேர்ந்த பதினைந்து குழந்தைகளைத் தெய்வத்திற்குப் பலிகொடுக்க வேண்டும் என்றார்கள்.

அதன்படி ஒரு மழைநாள் இரவில் நாடார், ஈழவர், முக்குவர் சமுதாயத்தைச் சேர்ந்த பதினைந்து குழந்தைகள் திருவனந்தபுரத்திற்குப் பிடித்துச் செல்லப்பட்டார்கள்.

மந்திர, தந்திர பூசைகள் எல்லாம் செய்து அந்தப் பதினைந்து குழந்தைகளும் திருவனந்தபுரம் நகரின் நான்கு மூலைகளிலும் உயிரோடு புதைக்கப்பட்டார்கள்.

அந்தக் காலத்தில் குளத்தில் ஏதாவது உடைப்பு ஏற்பட்டாலும் அதைத் தெய்வக்குற்றமாகக் கருதினார்கள்.

தெய்வத்திற்கு வேண்டியவர்களான தாழ்ந்த அடிமைகளை உயிரோடு குளத்தில் உடைப்பெடுத்த இடத்தில் போட்டு மண்ணைப் போட்டு மூடியிருக்கிறார்கள்.

(இப்போதும் கன்னியாகுமரி மாவட்டத்தில் 'இவனைத் தூக்கி உடைப்பில் போடு' என்று சொல்வதைக் காணலாம்.)

மகாராஜாவை வரவேற்பதற்கு நிற்கும் இருநூறு நாயர் இளம்பெண்களும் மேலாடை இல்லாமல் விளக்கை ஏந்தி நிற்க வேண்டும்.

மகாராஜா வருகிறார் என்ற செய்தி தென்திருவிதாங்கூர் முழுவதும் பரவிவிட்டது. தேர்த் திருவிழாக் கூட்டத்துடன் மகாராஜாவைப் பார்ப்பதற்கு என்றும் வந்த கூட்டத்துடன் சுசீந்திரமே தத்தளித்தது.

கூட்டத்தால் சுசீந்திரம் தத்தளிப்பதற்கு இளைஞர்கள் கூட்டமும் காரணம்.

நம்பூதிரி இளைஞர்களும் நாயர் இளைஞர்களும் பிள்ளை இளைஞர்களும் கூடிய அந்தப் பெருங்கூட்டத்தில் நாடார், ஈழவர், முக்குவ இளைஞர்களும் சாதி வித்தியாசம் இல்லாமல் கூடியிருந்தார்கள்.

நேரமாக ஆகக் கூட்டம் அதிகமாகிக் கொண்டிருந்தது. அங்கங்கே நின்றுகொண்டிருந்த காவலர்களுக்கு இந்தக் கூட்டத்தைச் சமாளிக்க முடியும் என்று தோன்றவில்லை.

மாடன் ஐயாவின் தம்பி சிதம்பரமும் மகாராஜா உத்திரம் திருநாளைப் பார்க்க வந்திருந்தான்.

அவன், மகாராஜாவைப் பார்க்க மட்டும்தான் வந்திருக்கிறான் என்று சொல்ல இயலாது. அவனிடம் எந்த வரையறையும் எப்போதும் இருந்ததில்லை. திண்டுக்கு முண்டு ஆசாமி. அடி, வெட்டு, குத்து என்றால் முன்னால் நிற்பான். பெண்கள் விஷயத்திலும் அவனது பழக்கவழக்கம் சரி இல்லை.

சுமார் ஐந்து மணியளவில் மாடன் ஐயா கோயிலுக்குப் புறப்பட்டார். அதற்கு முன்பே அலமேலுவும் புறப்படத் தயாராகிவிட்டாள்.

மாடத்திக்குக் கோயிலுக்குப் போகவேண்டும் என்று தோன்றவில்லை. 'வீட்டில் தனியாக உட்கார்ந்து என்ன செய்வது' என்று நினைத்ததால் வேறு வழியில்லாமல் அவளும் கோயிலுக்குப் புறப்பட்டாள்.

கோயிலுக்கு அருகில் போடப்பட்டிருந்த பந்தலில் திவானும் அரசாங்க அதிகாரிகளும் உட்கார்ந்திருந்தார்கள்.

மாடன் ஐயாவைப் பார்த்ததும் பாஸ்கரன் அவரை அழைத்துக் கொண்டுபோய் திவானிடம் அறிமுகம் செய்து வைத்தார்.

திவான் சிரித்துக்கொண்டாலும் அதில் ஒன்றும் அவர் ஆர்வம் காட்டவில்லை.

மகாராஜா சுசீந்திரத்தில் தங்கியிருக்கும் இரண்டு நாளும் அவரது மனம் கோணாமல் கவனிக்க வேண்டுமே என்ற கவலை அவருக்கு.

திவானைப் பிடித்த கவலை அவரைச் சுற்றியிருந்த நாஞ்சில் நாட்டு இராஜ பிரதானிகளையும் தொற்றிக்கொண்டது.

அந்தக் காலத்தில் நாஞ்சில் பகுதி முழுவதும் திருவிதாங்கூர் சமஸ்தானத்தின் கீழ் இருந்தாலும் மன்னரின் பிரதிநிதிகளாக பன்னிரண்டு இராஜ பிரதானிகள்தான் நாஞ்சில் நாட்டை நிர்வாகம் செய்தார்கள். அவர்களும் திவானுக்குப் பின்னால் அமர்ந்திருந்தார்கள்.

மாடன் ஐயாவைப் பாஸ்கரன் நாயர் ஜமுக்காளத்தின் பின்பகுதியில் உட்காரவைத்தார்.

அலமேலுவும் மாடத்தியும் கிழக்குக் கோபுர வாசலில் இருந்த நாயர் பெண்களின் பக்கத்தில் உட்கார்ந்திருந்தார்கள்.

13

காலையில் வண்டியைச் சுசீந்திரத்தில் நிறுத்திய சுடலையாண்டி, கோயிலுக்குப் பின்புறம் உள்ள பொத்தைக் கரையில் மூன்று கல்லை அடுப்பாக்கிச் சோறு பொங்கிச் சாப்பிட்டான்.

உண்ட களைப்புத்தீர சாயங்காலம் வரை பொத்தையில் படுத்துத் தூங்கியிருந்தான்.

மகாராஜா வருவதாக இருந்ததால் தெப்பக்குளத்தில் நிறுத்தியிருந்த வில்வண்டிகளை அப்புறப்படுத்தச் சொல்லிவிட்டார்கள்.

பெரும்பாலான வண்டிக்காரர்கள் பொத்தைக் கரைக்கு வந்து, வண்டியையும் மாட்டையும் நிறுத்தியிருந்தார்கள்.

சுடலையாண்டி தூங்குவதற்கு முன்பு காளை மாடுகளுக்கு வண்டியிலிருந்த வைக்கோலைப் போட்டிருந்தான். அதனால் மாடுகள் வைக்கோலைத் தின்றுவிட்டுப் படுத்து அசைபோட்டுக் கொண்டிருந்தன.

தூங்கி எழுந்த சுடலையாண்டிக்கு உடம்பு 'மத மத' என்றிருந்தது.

மகாராஜாவின் வருகையை ஒட்டிய நாயர் பெண்களின் அணிவகுப்பைக் காணும் கூட்டத்துக்கு அருகே போகவேண்டும் என்று நினைத்தான்.

அருகே போய் நாயர் பெண்களைப் பார்க்கும் வாய்ப்பு இல்லை என்றாலும் தீவட்டிக்காரர்களின் பக்கத்தில் நிற்கலாம். கூட்டம் நெருக்கினால் அருகில் போவதற்கு வாய்ப்புக் கிடைத்தாலும் கிடைக்கும் என்ற நப்பாசையுடன் வந்தான்.

சுடலையாண்டிக்கு கல்யாண ஆசை வந்து இரண்டு ஆண்டு கழிந்துவிட்டது.

அம்மா அப்பாவை இழந்து அனாதையாகி, மாடன் ஐயாவை அண்டி வாழும் அவனுக்குக் கல்யாணம் ஆகும் என்ற எண்ணம் இல்லை.

லீபுரம் பக்கத்திலிருந்த அவனது மாமா போன வாரம் ஒருமுறை சுடலையாண்டியைத் தேடிவந்தார். செம்புலிங்கம் என்ற அவர், அவனுக்குத் தூரத்துச் சொந்தம்.

அவரைப் பார்த்ததும் சுடலையாண்டிக்கு ஒரே சந்தோஷம். தனக்கு யாரும் இல்லை என்று நினைத்துக்கொண்டிருந்த அவனுக்குச் சொந்தம் என்று சொல்லிக்கொள்ள ஒருவர் இருக்கிறாரே என்றதும் மனதுக்குள் ஒரு குளிர்ச்சிப் பரவியது. தனது நிலை உயர்ந்து விட்டதாகப் பெருமிதப் பட்டுக்கொண்டான்.

அன்று அவரிடம் பேசிக்கொண்டதிலிருந்து அவருக்கு ஒரு மகள் இருக்கிறாள் என்பதையும் அவளது பெயர் ரோஸ் மேரி என்பதையும் சுடலையாண்டி அறிந்தான்.

செம்புலிங்கமாக இருந்த அவனது மாமா நான்கு வருஷத்திற்கு முன் வேதக்காரராக (கிறிஸ்தவராக) மாறிவிட்டார் என்றும் அன்றுமுதல் அவர் ஜோசப் செம்புலிங்கம் ஆகிவிட்டார் என்றும் அறிந்தான்.

சுடலையாண்டிக்கு சாமி பற்றித் தனிப்பட்ட கருத்து எதுவும் கிடையாது. மாடன் ஐயாவின் செயல்களுக்கு எல்லாம் அவனும் உடந்தை என்று இருந்தாலும் அவன் புளியம்பழமும் ஓடும் போலத்தான் இருந்தான்.

தனது எஜமானன் என்ன சொன்னாரோ அதைச் செய்வதை மட்டுமே தனது கடமையாகக் கொண்டிருந்தான். அல்லாமல் அவனுக்கு எல்லா சாமியும் ஒன்றுதான்.

வேதக்காரராக இருந்தாலும் வேறு சாமியைக் கும்பிடுபவராக இருந்தாலும் அவனுக்கு ஒன்றுதான்.

ஜோசப் செம்புலிங்கம் வந்தது முதல் ரோஸ் மேரியைக் கல்யாணம் செய்யும் கனவுகளில் மிதக்கத் தொடங்கிவிட்டான்

சுடலை. அதற்காக அவன் தனது பெயரை எப்படி மாற்றிக் கொள்ளவும் தயார். எந்தக் கோயிலுக்கும் போய் எந்தச் சாமியைக் கும்பிடுவது என்றாலும் அவனுக்கு உடன்பாடுதான்.

தேரோட்டம் முடிந்து ஊருக்குப் போனதும் தனது கல்யாண விஷயமாக மாடன் ஐயாவிடம் பேசவேண்டும் என்று நினைத்துக் கொண்டான்.

சூரியன் மறையத் தொடங்கியது. சுசீந்திரம் முழுவதும் கருமேகப் போர்வை போர்த்தினாற்போல இருள் கவியத் தொடங்கியது.

அதுவரை இல்லாமல் வயல்காற்று வீசத் தொடங்கியது.

கோயிலுக்கு வலப்பக்கத்தில் இருந்தது வெளவால் மண்டபம். அந்த மண்டபத்திலிருந்து ஒவ்வொரு தீவட்டியாக எடுத்துக் கொடுத்துக் கொண்டிருந்தார்கள்.

தீவட்டி தாங்கியபடி ஆசிராமம் நோக்கி அந்தத் தீவட்டிக்காரர்கள் போய்க்கொண்டிருந்தார்கள். தீவட்டி வர ஆரம்பித்ததும் கூட்டத்தில் சலசலப்பு ஏற்பட்டது.

இருள் கவிந்த அந்த வேளையில் நூற்றுக்கணக்கில் சூரியன் உதித்ததைப்போல் தீவட்டிகள் கிளம்பின. அந்த செந்நிற ஒளியில் சுசீந்திரமும் அதன் சுற்றுப்புறங்களும் சிவப்பாகக் காட்சியளித்தன. தீவட்டியைத் தொடர்ந்து வரும் கண்கொள்ளாக் காட்சியைக் காணும் ஆர்வம் எல்லாரையும் உற்சாகப்படுத்தியது.

தீவட்டிக்காரர்கள் புறப்பட்டுப்போய் ஆசிராமத்திலிருந்து சுசீந்திரம் வரை பத்து அடி இடைவெளிவிட்டு நின்றார்கள்.

ஐம்பது பேர் கலயம் நிறைய விளக்கெண்ணெயைப் பிடித்தபடி தீவட்டிகளில் விடுவதற்காக அங்கும் இங்கும் நடந்து கொண்டிருந்தார்கள்.

தீவட்டிகள் அணிவகுத்து நின்றதும் பத்து நம்பூதிரிப் பெண்கள் தென்னம்பூவுடனும் பத்துப் பெண்கள் கமுகம் பூவுடனும் ஒருவர் மாறி ஒருவராக வந்து சுசீந்திரம் இராஜ பிரதானியார் அலுவலகம் வரை நின்றார்கள்.

கோயில் அருகில் பந்தலின் கீழிருந்த திவான் எழுந்தார். அவர் எழுந்ததும் பெரிய கொம்பு வாத்தியத்தை இருவர் எடுத்து ஊதினார்கள்.

தொடர்ந்து பத்து செண்டை மேளக்காரர்கள் லயம் தவறாமல் செண்டை மேளம் அடித்தார்கள். அவர்கள் கால் எடுத்து வைத்து

நடக்கும் அழகும் கையில் இருக்கும் கம்புகளைக் காற்றில் வீசியபடி செண்டை மேளத்தில் அடிக்கும் அழகும் திருவிழாக் கூட்டத்திற்கு மேலும் அழகைக் கூட்டியது.

திவானுக்குப் பின்னாலிருந்த பன்னிரண்டு பிரதானிகளும் அலுவலர்களும் கோயில் மண்டபத்திலிருந்து நாயர் பெண்களை அணிவகுத்துப் புறப்படச் சொன்னார்கள்.

அவர்களுக்கு முன்பு செண்டை மேளக்காரர்களும் கொம்பு ஊதுபவர்களும் சென்று கொண்டிருந்தார்கள்.

இரண்டு வரிசையாகச் சென்ற மேலாடையில்லாத நாயர் பெண்களுக்கு நடுவே திவான் திருஷ்ணராவும் பன்னிரண்டு இராஜ பிரதானிகளும் சென்று கொண்டிருந்தார்கள்.

பெண்கள் போனதும் அலுவலர்களும் பண்ணையார்களும் போனார்கள். அவர்களோடு பாஸ்கரன் நாயரும் மாடன் ஐயாவும் நடந்தார்கள். மாடன் ஐயாவுக்கு எதைப் பார்ப்பது என்ன செய்வது என்று எதுவும் புரியவில்லை.

மாடன் ஐயா பலமுறை சுசீந்திரம் கோயில் தேரோட்டத்திற்கு வந்திருக்கிறார். ஆனால் இதுபோல ஒரு கூட்டத்தைப் பார்த்தது இல்லை. ஒழுங்கான ஊர்வலத்தையும் பார்த்ததில்லை.

பெண்கள், ஆசிராமம் சென்று சேரும்போது திவானும் மற்றவர்களும் சுசீந்திரம் பிரதானியின் அலுவலகம் அருகில் சென்று நின்றார்கள்.

செண்டை மேளமும் கொம்பும் உச்சத்தில் முழங்கின. அக்கம் பக்கத்து ஒலியெல்லாம் அடங்கியது. மேள தாள ஒலியும் கொம்பின் ஒலியும் இடியைப்போல் முழங்கின.

மகாராஜாவின் பல்லக்கு, கோட்டாற்றைத் தாண்டி இடலாக்குடி வழியாக ஆசிராமத்திற்கு மேற்குப் பக்கம் வந்து கொண்டிருப்பதாகச் செய்தி வந்தது.

கூட்டம் அதிகமாக இருந்ததால் சுடலையால் தீவட்டிக்காரர்களின் அருகில்கூடப் போக முடியவில்லை. தெப்பக்குளக் கரையிலேயே நின்றான்.

நாயர் பெண்களைக் கிட்டத்தில் பார்ப்பது இருக்கட்டும். மகாராஜாவையாவது பார்க்க முடியுமா என்ற சந்தேகம் அவனுக்கு ஏற்பட்டது.

14

வழுக்கம்பாறை சர்ச் எரிந்ததற்கு காரணம் பதினெட்டாம் படி இசக்கியம்மனும் பழையாற்று ஓடை வாதையும்தான் என்ற செய்தி எல்லா இடத்திலும் பரவியது.

முன்பு இசக்கி அம்மனைச் சாமியாகக் கும்பிட்டவர்களில் பலரும் கிறிஸ்தவ மார்க்கத்தில் சேர்ந்துவிட்டார்கள். அவர்களுக்கு எல்லாம் வயிற்றில் புளியைக் கரைத்தது.

திடீரென்று சர்ச் எரிந்ததுபோல நமது வீடும் எரிந்துவிடுமோ என்று பயந்தார்கள். இசக்கியம்மன் எவ்வளவு கோபக்கார சாமி என்பதும் வாதை வழிமறித்து அடித்துக் கொல்வதில் வலிய சாமி என்பதும் அவர்கள் அறிந்ததுதான்.

மீட் பாதிரியாருக்கும் மைலாடி மிஷன் லூயிஸ் பாதிரியாருக்கும் வழுக்கம்பாறை சர்ச் தீப்பிடித்து எரிந்த செய்தி தெரிந்தது.

வழுக்கம்பாறை சர்ச் தீப்பிடித்து எரிவதற்கு ஒரு மாதத்திற்கு முன்புதான் மேக்கோடு சர்ச் தீப்பிடித்து எரிந்தது. அதற்கு இரண்டு மாதத்திற்கு முன்புதான் மண்டைக்காட்டில் மீட் பாதிரியாரைக் கொல்ல நாயர்கள் முற்றுகையிட்டார்கள்.

இந்த எல்லாச் சம்பவங்களுக்கும் நெருங்கிய தொடர்பு இருப்பதாகப் பாதிரியார் உணர்ந்தார். திட்டமிட்டுச் சதிவேலை நடக்கிறது என்பதையும் புரிந்துகொண்டார்.

கிறிஸ்தவ உபதேசியார்களைக் கிறிஸ்தவ மக்கள் வாழும் இடங்களுக்குப்போய் அவர்களைத் தைரியப்படுத்த ஏற்பாடு செய்தார்.

திருவிதாங்கூர் சமஸ்தானத்தில் இருந்த ரெசிடெண்ட் துரைக்கும் மதராசில் இருந்த ரெசிடெண்ட் துரைக்கும் தனித்தனியே கடிதங்கள் எழுதினார். கிறிஸ்தவ மார்க்கத்திற்கு மாறிய ஏழை மக்கள் படும் துன்பத்தை அவர் அக்கடிதங்களில் விவரித்திருந்தார்.

வழுக்கம்பாறை சர்ச் தீப்பிடித்து எரிந்தது தெய்வக் குற்றத்தால்தான் என்று மக்கள் நம்பியதைக் கண்ட மாடன் ஐயா துணிந்து அடுத்தகட்ட வேலையில் இறங்கினார்.

இந்தச் சமயத்தில் வழுக்கம்பாறையில் சர்ச் கட்ட முஸ்தீபு எடுத்த தங்கையாவையும் தீர்த்துக்கட்டுவது என்று முடிவு செய்தார். இந்த நேரத்தில் தங்கையா இறந்தால் அவனை வாதை அடித்துவிட்டது என்று பரப்பிவிடலாம் என்று நம்பினார்.

வழுக்கம்பாறையில் சர்ச் எரிந்த இடத்தில் ஒரு மாதத்திற்குள் புதிய சர்ச் எழும்பிவிட்டது.

இரவும் பகலும் பத்துப்பேர் முறைவைத்து, சர்ச்சுக்குக் காவல் இருந்தார்கள்.

சாந்தபுரம், ஜேம்ஸ்டவுண், நெய்யூர் போன்ற இடங்களிலிருந்து வந்தவர்கள் தங்கையாவைத் தைரியப்படுத்தினார்கள்.

முன்பு வாதையங் கோயிலுக்குப் பூஜாரியாக இருந்தவர்தான் தங்கையா என்றாலும், சர்ச் தீவைத்துத்தான் கொளுத்தப்பட்டது என்பதை அவர் உறுதியாக நம்பினார்.

தனக்கும் ஏதாவது ஆபத்து நேரலாம் என்பதையும் அவர் உணர்ந்திருந்தார்.

சில சமயங்களில் ஏதோ நடக்கப்போகிறது என்று நமது மனத்திற்குத் தோன்றும். அப்படியே நடந்து விடுவதும் உண்டு.

ஒருநாள் இரவு.

தங்கையா சிறுநீர்க் கழிப்பதற்காக சர்ச்சின் எதிர்ப்பக்கத்தில் இருந்த தோப்புக்குப் போனார்.

அது அடர்ந்த தென்னந்தோப்பு. பகல் பொழுதிலேயே இருட்டாக இருக்கும். இரவில் கேட்கவே வேண்டாம். இன்னும் கும்மிருட்டாக இருந்தது. முகத்துக்கு முகம் தெரியாத இருட்டு.

நான்கு தென்னை மரங்களிலிருந்து நான்குபேர் திடீரென்று குதித்தார்கள்.

தங்கையா சுதாரிப்பதற்குள் பெரிய சாக்கைப் போட்டு அமுக்கினார்கள்.

வாய்க்குள் துணியை வைத்து அமுக்கிக் கையைப் பின்புறமாகக் கட்டினார்கள். காலைச் சேர்த்துக்கட்டிய அவர்கள், தோப்பின் பின்பக்கம் தயாராக இருந்த வண்டிக்குள் கொண்டுவந்து போட்டார்கள்.

வண்டியை ஓட்டுவதற்குச் சுடலை தயாராக இருந்தான்.

வண்டிக்குள் மாடன் ஐயா இருந்தார்.

தங்கையாவைக் கொண்டுவந்த நான்கு பேரில் ஒருவன் மட்டும் சிதம்பரம். மற்ற மூன்றுபேரும் உடனே போய்விட்டார்கள். சிதம்பரம் வண்டியில் ஏறிக்கொண்டான்.

வண்டி வேகமாக ஆற்றுக்குள் இறங்கி அக்கரைக்குப் போனது. அங்கே வாதையங் கோயில் அருகில் இருந்த பெரிய ஆலமரத்தின் அடியில் வண்டி நின்றது.

அங்கே பாஸ்கரன் நாயரும் வேறு சிலரும் நின்று கொண்டிருந்தார்கள்.

சாக்கு மூட்டைபோல் கட்டப்பட்ட தங்கையாவைத் தூக்கிக் கொண்டுவந்து ஆலமரத்தின் கீழ் 'தொப்'பென்று போட்டான் சிதம்பரம். போட்ட வேகத்தில் அவனது நெஞ்சில் எட்டி உதைத்தான். எந்த ஆயுதத்தையும் பயன்படுத்தாமல் ஒவ்வொரு மர்ம ஸ்தானமாக உதைத்தார்கள். தங்கையாவின் மூக்காந்தண்டில் எட்டி உதைத்தார் மாடன் ஐயா. சிதம்பரம் அவனது பிறவிக்குறியில் எட்டி உதைத்தான். அதுவரை வலியால் உருண்டு துடித்த தங்கையா அப்படியே மயங்கினான்.

தங்கையாவின் வாயிலிருந்த துணியைச் சிதம்பரம் உருவி எடுத்தான். கட்டப்பட்டிருந்த கயிறுகளை அவிழ்த்தான். மயங்கிய நிலையில் கிடந்த தங்கையாவை மல்லாக்கக் கிடத்தினான். பக்கத்திலிருந்த பெரிய கல்லை எடுத்து, தனது தலைக்கு மேலாகத் தூக்கிய அவன் அதை அப்படியே தங்கையாவின் முகத்தில் போட்டான்.

பெருஞ்சத்தத்தோடு மயக்கம் தெளியாமலேயே தங்கையா இறந்துவிட்டான். அவனது முகத்திலிருந்து இரத்தம் பீறிட்டுப் பாய்ந்தது.

கட்டப்பட்டிருந்த கயிறு, அமுக்கப்பட்டிருந்த துணி, முகத்தில் போட்டுக்கொன்ற கல் எல்லாவற்றையும் பாஸ்கரன் நாயர் ஆற்றில் தூக்கி வீசினார்.

தடயம் ஏதாவது விடப்பட்டிருக்கிறதா என்று நிதானமாகப் பார்த்ததும் மாடன் ஐயாவின் வண்டியில், சிதம்பரமும் சுடலையும் மட்டும் தோப்பூருக்குத் திரும்பினார்கள்.

மாடன் ஐயா சுசீந்திரத்திற்குப் பாஸ்கரன் நாயருடன் போய்விட்டார்.

சுசீந்திரத்தில் பாஸ்கரன் நாயரும் மாடன் ஐயாவும் இறங்கியவுடன் வண்டி, மற்றவர்களை விடுவதற்குத் திட்டுவிளைக்குச் சென்றது. பாஸ்கரன் நாயரும் மாடனும் நேரே பின்கட்டுக்குப் போனார்கள். அங்கே பாட்டிலில் சாராயம் இருந்தது. இருவரும் ஏற்றிக்கொண்டார்கள். பாஸ்கரன் நாயர் அதே இடத்தில் படுத்துத் தூங்கிவிட்டார். மாடன் நிதானத்தோடு இருந்தார். அதனால் சரியாக அலமேலு படுத்திருந்த இடத்திற்குப் போனார்.

அன்றைய இரவு மாடன் ஐயாவுக்கு இரண்டு வகையில் மிகவும் சந்தோஷத்தைக் கொடுத்தது.

தங்கையாவை ஒழித்துக் கட்டிய சந்தோஷம் ஒன்று. அலமேலுவுடன் இருந்தது மற்றொன்று.

அடுத்த நாள்...

அக்கரை வாதையங் கோயில் ஆலமரத்தின் கீழ் தங்கையா ரத்தங்கக்கி, செத்துக் கிடந்ததைக் கண்டார்கள்.

வாதைதான் தங்கையாவை அடித்துக் கொன்றுவிட்டது என்று ஊர் முழுவதும் பரவியது.

தென் திருவிதாங்கூரின் அகஸ்தீஸ்வரம் தாலுகாவில் வாழ்ந்தவர்கள், நாயர்களை விட்டு ஒதுங்கித் தங்களுக்கென்று சில உடைமைகளை உருவாக்கிக்கொண்டு வாழ்ந்து வந்தார்கள். அவர்களிடம் வசதியான வீடும் தோப்பும் இருந்தன. சிலர் திருவிதாங்கூர்ப் பிரதானி அளவுக்கு வசதியாக வாழ்ந்து வந்தார்கள். அவர்களில் தோளில் துண்டுபோட்டு நடந்தவர்களும் மீசை வளர்த்துக் கொண்டவர்களும் உண்டு. அந்தப் பகுதியில் வாழ்ந்த பெண்களும் அச்சம் இல்லாமல் மேலாடை அணிந்தார்கள். அவர்கள் அடிமுறை தெரிந்தவர்களாகவும் இருந்தார்கள்.

அவர்களில் ஒருவர்தான் தங்கையா.

தங்கையா இறந்ததால் கிறிஸ்தவர்களிடையே பீதி அதிகரித்தது. வாதை அடித்துக் கொன்றதை அறிந்து பயப்பட்டார்கள்.

தங்கையாவுக்கு நேர்ந்ததைப்போல் தங்களுக்கும் நேர்ந்து விடுமோ என்று பலர் பயந்து சர்ச்சுக்குப் போவதையே நிறுத்திக் கொண்டார்கள்.

தங்கையாவின் தம்பி பொன்னையா. அகஸ்தீஸ்வரம் தாலுகாவில் பெரிய சண்டியர் என்று பெயர் எடுத்தவன். அவனும் கிறிஸ்தவ மார்க்கத்தில் சேர்ந்துவிட்டவன்தான்.

தங்கையாவை வாதை அடித்துக் கொல்லவில்லை என்று முழுமையாக நம்பினான் அவன்.

யார் யாரெல்லாம் சேர்ந்து கொன்றிருப்பார்கள் என்பதும் பொன்னையாவுக்குப் புரிந்தது.

நெய்யூர் சந்தை, கோட்டாற்றுச் சந்தைக் கலவரங்களில் எல்லாம் தனது அண்ணனுக்கு உதவி செய்வதற்காக அவனும் போயிருக்கிறான்.

கோட்டாற்றுச் சந்தையில் நடந்த கலவரம் பொன்னையாவின் நினைவுக்கு வந்தது.

•O•

கோட்டாற்றுச் சந்தைக்கு வந்த நாடார் பெண்களை, சிதம்பரம் வழிமறித்ததாகத் தங்கையாவுக்கும் பொன்னையாவுக்கும் தெரிந்தது.

அவர்கள் நேரே சந்தைக்குப் போனார்கள். அன்று அவர்களிடம் மாட்டிக்கொண்டான் சிதம்பரம்.

தங்கையாவும் பொன்னையாவும் அவனது கூட்டாளிகளும் சேர்ந்து சிதம்பரத்தைப் பின்னி எடுத்துவிட்டார்கள்.

அந்தப் பழியைத்தான் தங்கையாவைக் கொன்று சிதம்பரம் தீர்த்துக்கொண்டான் என்பது பொன்னையாவுக்குப் புரிந்தது.

சிதம்பரத்தை எப்படிப் பழிவாங்குவது என்று சிந்தித்தான் அவன்.

தங்கையாவைக் கொல்வது சாதி ரீதியாகவும் மத ரீதியாகவும் மாடன் ஐயா போன்றோருக்கு அவசியமாக இருந்தது. அவர்களும் சேர்ந்துதான் தங்கையாவைக் கொன்றிருப்பார்கள் என்று தெளிவாகப் பொன்னையா உணர்ந்தான்.

15

உத்திரம் திருநாள் மகாராஜா பல்லக்கை விட்டு இறங்கினார்.

பிரதானியின் வீட்டிலிருந்து கோயில் வரை அவர் நடந்துபோவதாக ஏற்பாடு. அவர் நடந்துபோகும் பாதையில் எல்லாவகைப் பூக்களையும் தூவுவதற்கு ஆட்கள் நிறுத்தப்பட்டிருந்தார்கள்.

மகாராஜாவுக்குப் பாதுகாப்புக்கு இரண்டு மல்லர்கள் அவருக்குப் பின்னாலேயே நடந்தார்கள். அவருக்கு முன்னால் திருவிதாங்கூரின் கொடியைத் தாங்கியபடி ஒருவன் போனான். அவனுக்குப் பின்னால் படை வீரர்கள் அணிவகுத்துச் சென்றார்கள்.

மகாராஜாவுக்குப் பின்னால் பொய்க்கால் குதிரையாட்டம், மயிலாட்டம், கும்பாட்டம், காவடியாட்டம் முதலான ஆட்டங்கள் ஆடுவோர் ஆடிக்கொண்டே வந்தார்கள்.

அவர்களின் ஆட்டத்திற்கு ஏற்ப நான்கு குழுவினர் நையாண்டி மேளம் அடித்துக்கொண்டு வந்தார்கள்.

இந்த ஊர்வலத்திற்கு முன்பாக, செண்டையும் கொம்பும் முழங்கின. மகாராஜாவைப் பார்ப்பதற்காகக் கூட்டம் நெருங்கியது.

எந்தக் காரணத்தைக் கொண்டும் தீவட்டிக்காரர்களைத் தாண்டிப் பொதுமக்கள் வரக்கூடாது என்பது கட்டுப்பாடு.

ஆனால் சில இடங்களில் தீவட்டிகளைத் தள்ளியபடி மக்கள் உள்ளே வந்தார்கள். அவர்களை ஊர்க்காவல் படையினர் தடுத்துப் புறந்தள்ளிக்கொண்டு நடந்தார்கள்.

மகாராஜா கோயிலுக்குத் திரும்பும் பாதை அகலம் குறைந்தது. ஆதலால் மக்கள் கூட்டம் பல இடங்களில் தீவட்டிக்காரர்களைத் தாண்டி உள்ளே வந்தது.

மகாராஜா கோயில் உள்ளே நுழையும் முன்னர் மூன்று நம்பூதிரிகள் வந்து அவரது பாதங்களில் மூன்று குடம் தண்ணீரை விட்டார்கள்.

தாணுமாலய மூர்த்திக்குச் சூடிய மாலையை உத்திரம் திருநாள் மகாராஜாவின் கழுத்தில் போட்டு மரியாதையாக உள்ளே அழைத்துப் போனார்கள்.

அதுவரை ஊர்வலத்தோடு வந்த பலவகை ஆட்டக்காரர்களும் ஒரே இடத்தில் நின்று ஆடத்தொடங்கினார்கள்.

தீவட்டிக்காரர்கள் இந்த ஆட்டக்காரர்களைச் சுற்றி வட்டமாக நிற்கவேண்டும். அதற்குள்ளாக மேலாடை இல்லாத நாயர் பெண்கள் எல்லோரும் மண்டபத்துக்குள் போய்விட வேண்டும் என்று திவான் ஆணையிட்டிருந்தார். அதற்குப் பாதுகாப்புப் பொறுப்பு முழுவதும் ஊர்க்காவல் படையைச் சேர்ந்தவர்களுக்குக் கொடுக்கப்பட்டிருந்தது. அந்த நேரத்தில் ஒரு தீவட்டிக்காரனுக்கும் கூட்டத்தில் வந்த சிலருக்கும் கைகலப்பு ஏற்பட்டது. கைகலப்பு நடந்துகொண்டிருந்த வேளையில் நாயர் பெண்களை ஒரு கூட்டம் நெருங்கியது.

ஊர்க்காவலர்கள் அவர்களை அடித்து விரட்டினார்கள். இந்தச் சமயம் பார்த்து மண்டபத்துக்குள் பத்துப் பதினைந்து ஆண்களும் நுழைந்துவிட்டார்கள். இந்தக் கூட்டத்தில் ஒருவனாகச் சிதம்பரமும் உள்ளே நுழைந்துவிட்டான்.

யார் யாரை அடிக்கிறார்கள் என்று தெரியவில்லை. தீவட்டிக்காரர்களில் நிறைய பேர் ஆட்டக்காரர்களைச் சுற்றி நின்றதால் மண்டபத்தில் போதுமான வெளிச்சம் இல்லை.

தூண்களில் ஏற்றி வைக்கப்பட்டிருந்த தீபங்கள்தான் எரிந்து கொண்டிருந்தன.

வெளியே நையாண்டி மேளக்காரர்களும் செண்டை மேளக்காரர்களும் அதிக உற்சாகத்துடன் அடித்துக் கொண்டிருந்ததால் மண்டபத்தில் ஏற்பட்ட இந்தக் கலவரம் வெளியே தெரியவில்லை.

மண்டபத்துள் நுழைந்தவர்களில் ஒன்றிரண்டு பேர்தான், பெண்களை நெருக்கவேண்டும் என்ற ஆர்வத்தில் உள்ளே வந்தார்கள். அவர்களை ஊர்க்காவல் படையினர் அடித்துப் பிடித்துவிட்டார்கள்.

சிதம்பரம் மண்டபத்தினுள் நுழைந்தது எந்தத் தவறான எண்ணத்துடனும் இல்லை. மகாராஜா ஊர்வலம் வந்து கொண்டிருக்கும்போது பொன்னையாவும் அவனது கூட்டாளிகளும் சிதம்பரத்தையே நோட்டமிட்டுக்கொண்டு வந்தார்கள்.

இதைச் சிதம்பரம் கவனித்துவிட்டான். அவர்களின் எண்ணம் என்ன என்பதைத் தெரிந்துகொண்டதால்தான் அவன் மண்டபத்துள் நுழைந்தான். அவர்களிடம் இருந்து தப்பி ஓடுவதற்காகவே அவன் மண்டபத்துக்குள் நுழைந்தான்.

மண்டபத்துக்குள் பொன்னையாவும் அவனது கூட்டாளிகளும் நுழைய மாட்டார்கள் என்று அவன் கணித்திருந்தான். ஊர்க்காவல் படையினரிடம் மாட்டிக்கொண்டால் பாஸ்கரன் நாயர் பெயரைச் சொல்லித் தப்பிவிடலாம் என்று நினைத்திருந்தான்.

ஆனால் சிதம்பரம் நினைத்தது நடக்கவில்லை.

சிதம்பரம் மண்டபத்தின் உள்ளே போவதைப் பார்த்ததும் பொன்னையா தனது கூட்டத்தினருக்குச் சைகை காட்டினான். அவனது சைகையைப் புரிந்துகொண்ட அவர்கள் அவனைப் பின்தொடர்ந்தார்கள். பொன்னையா கூட்டத்தோடு கூட்டமாக மண்டபத்துள் நுழைந்துவிட்டான். அவனது சகாக்களும் கூட்ட நெருக்கடியில் திமிறியபடி மண்டபத்திற்குள் புகுந்துவிட்டார்கள். அவர்களது முகத்தில் கொலைவெறி இருப்பதை யாரும் எளிதில் புரிந்துகொள்ள முடியும். சிதம்பரத்திற்கு அது தெளிவாகப் புரிந்தது.

மண்டபத்தின் பின்பக்கம் வழியாக, பிரதானியார் வீதிக்கு ஓடினான் சிதம்பரம்.

பிரதானியார் வீடு இருந்த வீதியில் அவ்வளவாக வெளிச்சம் இல்லை. அந்த வீதியைத் தாண்டி பழையாறு, மணக்குடிக்கு அருகில் அரபிக்கடலில் கலப்பதற்காக ஓடிக்கொண்டிருந்தது.

அந்த மங்கிய இருளில் பொன்னையாவும் அவனது கூட்டாளிகளும் சிதம்பரத்தை விரட்டினார்கள்.

பிரதானியார் வீதியைக் கடந்துவிட்டால் சிதம்பரம் ஆற்றுக்குள் குதித்துத் தப்பிவிடுவான் என்று ஊகித்த பொன்னையா இடுப்பில்

கொக்கிபோட்டுத் தொங்கவிட்டிருந்த வெட்டரிவாளை எடுத்து வீசி எறிந்தான். அது ஓடிக்கொண்டிருந்த சிதம்பரத்தின் காலில் வெட்டியது.

வெட்டுப்பட்ட இடத்திலிருந்து இரத்தம் கொட்டியது. இரத்தம் கொட்டுவதைப் பற்றிக் கவலைப்படாமல் சிதம்பரம் ஓடிக் கொண்டிருந்தான். என்றாலும் அவனால் தொடர்ந்து ஓட முடியவில்லை.

துரத்திக்கொண்டு வந்த பொன்னையாவும் மற்றவர்களும் அருகில் வந்துவிட்டார்கள்.

பொன்னையாவின் பின்னால் வந்தவன் வேகமாக ஓடிவந்து சிதம்பரத்தின் வலது புஜத்தில் அரிவாளால் வெட்டினான். அவ்வளவுதான். ஏற்கெனவே சோர்ந்து போயிருந்த சிதம்பரம் அப்படியே சாய்ந்துவிட்டான்.

உடனே அவனை இழுத்துக்கொண்டு பொத்தை அடிவாரத்திற்குப் போனார்கள் பொன்னையாவும் மற்றவர்களும்.

பொத்தை அடிவாரத்தில் வண்டிகளும் மாடுகளும் மட்டும்தான் இருக்கும்; ஆள்கள் யாரும் இருக்கமாட்டார்கள்; எல்லோரும் மகாராஜாவைப் பார்க்கவோ அல்லது ஆட்டம் பார்க்கவோ போயிருப்பார்கள் என்று நினைத்துதான் சிதம்பரத்தை அங்கே இழுத்து வந்தார்கள். அவர்கள் நினைத்தது போல்தான் இருந்தது. பொத்தைக்கரையில் யாரும் இல்லை.

வந்த வேகத்தில் பொன்னையா அருகில் இருந்தவன் கையிலிருந்த அரிவாளை வாங்கி ஓங்கி வெட்டினான்.

சிதம்பரத்தின் கழுத்திலிருந்து இரத்தம் பீறிட்டுப் பாய்ந்தது.

பழியைத் தீர்த்துவிட்டதாக நினைத்த பொன்னையா, சுற்றும் முற்றும் பார்த்தான். யாரும் பார்க்கவில்லை என்பதைத் தெரிந்து கொண்டான்.

அடுத்த நொடியே பொன்னையாவும் மற்றவர்களும் வயல்காட்டுக்குள் இறங்கி ஓடிவிட்டார்கள்.

பொத்தையடிவாரத்தில் ஆள் அரவம் கேட்டதும் வண்டிக்குள்ளிருந்து ஒருவன் எட்டிப் பார்த்தான்.

16

மகாராஜாவை, மாடன் ஐயா அருகில் நின்றுபார்க்க எல்லா ஏற்பாடுகளையும் பாஸ்கரன் நாயர் செய்திருந்தார்.

வாழ்க்கையில் அடைய முடியாத பெரும் பாக்கியங்கள் எல்லாம் பாஸ்கரன் நாயரின் நட்பால் தனக்குக் கிடைத்ததாக பெருமகிழ்ச்சி அடைந்தார் அவர்.

அந்த மகிழ்ச்சியுடன் ராத்திரி பத்து மணிக்கு வீட்டுக்குத் திரும்பினார் மாடன் ஐயா. பாஸ்கரன் நாயர் வீட்டுக்கு வருவதற்கு நேரம் கழியும் என்றதால் அவர் மட்டும் தனியாக வீட்டுக்குத் திரும்பினார்.

மாடத்தியும் அலமேலுவும் மகாராஜா கோயிலுக்கு வந்ததுமே வீட்டுக்கு வந்துவிட்டார்கள்.

மாடத்தியைச் சாப்பிடச் சொல்லி அலமேலு வற்புறுத்திப் பார்த்தாள். மாடத்தி பசியில்லை என்று சொல்லிவிட்டுப்போய் படுத்துக்கொண்டாள்.

போய் படுத்தாள் என்றாலும் தூக்கம் வரவில்லை. பசிக்கவில்லை என்று சொல்லியிருந்தாலும் அவளுக்குப் பசிக்கத்தான் செய்தது.

ஆனாலும் மாடன் ஐயாவின் மேலிருந்த கோபம் அவளைச் சாப்பிடவிடாமல் தடுத்தது. ஒரு மரியாதை கருதித்தான் அலமேலுவிடம் அவள் குடுமிப்பிடிச் சண்டைக்குப் போகவில்லை.

தோப்பூர் பண்ணையாரின் மனைவி என்ற அந்தஸ்து அவளைச் சண்டை போடாமல் தடுத்தது. வெறும் மாடன் ஐயாவின் மனைவியாக அவள் இருந்திருந்தால் இன்றைக்கு மத்தியானமே வீட்டுக்குக் கிளம்பியிருப்பாள்.

என்ன செய்வது? நாலு பேருக்காக வேஷம் போட வேண்டியிருக்கிறதே! என்று எண்ணியபடியே படுத்திருந்ததால் அவளுக்குத் தூக்கம் வரவில்லை.

மாடன் ஐயா, வீட்டுக்கு வரும்போதும் அவள் தூங்காமல்தான் படுத்திருந்தாள். ஆனால், தான் தூங்காததை வெளிக்காட்டிக் கொள்ளவில்லை. தூங்குவது போலவே படுத்திருந்தாள்.

மாடத்தி தூங்காமல் படுத்திருந்தது மாடன் ஐயாவைக் கையும் களவுமாகப் பிடிக்கவேண்டும் என்ற நோக்கத்தில் அல்ல. கைப்புண்ணுக்குக் கண்ணாடி தேவை இல்லை என்பதுகூட அவளுக்குத் தெரியாதா? உண்மையிலேயே அவளுக்குத் தூக்கம் வரவில்லை.

மாடன் ஐயா, அலமேலுவிடம் மாடத்தி சாப்பிட்டாளா என்று கேட்கவில்லை. தூங்குவதைப் பார்த்துப் புரிந்துகொண்டார். அலமேலுவும், மாடத்தி சாப்பிடாமல் படுத்திருப்பதைப் பற்றி எதுவும் சொல்லவில்லை.

மாடத்தி நன்றாகத் தூங்கிவிட்டாள் என்று மாடன் நினைத்துக் கொண்டு அலமேலுவுடன் உரசியபடியே நடந்தார்.

மாடத்தி நன்றாகத் தூங்குகிறாள் என்று அலமேலு நம்பவில்லை. அதற்காக மாடன் ஐயாவை அவள் விலக்கவும் விரும்பவில்லை.

மாடன் ஐயாவை அழைத்துக்கொண்டு பின்பக்க வாழைத் தோப்புக்குப் போய்விட்டாள் அலமேலு.

சிதம்பரத்தை பொன்னையா பொத்தை அடிவாரத்தில் வெட்டிக் கொன்றபோது வண்டிக்குள்ளிருந்து எட்டிப் பார்த்தது சுடலையாண்டிதான். மகாராஜா கோயிலுக்கு வந்தவுடன் ஏற்பட்ட கலவரத்தைக் கண்டதும் 'நமக்கு ஏன் வம்பு?' என்று நினைத்தபடி வண்டிக்குள் வந்து படுத்துக்கொண்டான்.

அந்தக் கொலைக் கும்பலில் பொன்னையா இருக்கிறான் என்பதைச் சுடலையாண்டி அந்த இரவிலும் கண்டுகொண்டான்.

பொன்னையாதான் வெட்டியது என்பதால் சுடலையாண்டி அங்கே கொலை நடந்ததைப் பார்த்ததாகவே காட்டிக்கொள்ளவில்லை.

கொல்லப்பட்டது சிதம்பரம்தான் என்று தெரிந்தாலும் சுடலையாண்டி வெளியே சொல்லமாட்டான்.

மாடன் ஐயாவும் சிதம்பரமும் சேர்ந்து ஆடிய ஆட்டங்களை எல்லாம் அருகிலிருந்து பார்த்தவன் அவன்.

சர்ச்சுக்குத் தீவைக்கும் போதும், பாதிரியார் வீட்டை முற்றுகையிடும் போதும் தங்கையாவைக் கொல்லும் போதும் உடனிருந்தவன் சுடலையாண்டி. அந்த நேரங்களில் அவர்களின் சாதியைச் சொல்லித் திட்டியதும் அவனுக்குத் தெரியும்.

அப்போதெல்லாம் அவனுக்குப் புரியாத சாதி உணர்வு லீபுரத்திலிருந்து வந்த அவனது மாமா செம்புலிங்கத்தைப் பார்த்ததும் ஏற்பட்டது.

நாடார் சாதி மக்களை நாயர்கள் கொடுமைப்படுத்துவதை அவன் அறிந்திருந்தான்.

இந்த நாயர்களுக்கு எதிராக நடத்தும் எல்லா ரகசிய நடவடிக்கைகளுக்கும் பொன்னையா ஒரு காரணம் என்பதும் அவனுக்குத் தெரிந்துவிட்டது. ஆகவேதான் பொன்னையா கொலை செய்ததை அவன் வெளியே சொல்ல விரும்பவில்லை.

சுசீந்திரம் கோயில் வாகனம் நான்கு வீதிகளையும் சுற்றி நிலைக்கு வந்த பிறகுதான் வண்டிக்காரர்களில் பெரும்பாலோர் பொத்தை அடிவாரத்திற்கு வந்தார்கள்.

மாட்டுக்கு வைக்கோல் போட்டுவிட்டு சுடலையாண்டி தெப்பக்குளத்துப் பக்கம் போய்விட்டான். அங்கேயே துண்டை விரித்துப் படுத்துத் தூங்கிவிட்டான். பொத்தை அடிவாரத்திற்கு வந்த வண்டிக்காரர்களும் அவரவர் வண்டியின்கீழே படுத்துத் தூங்கிவிட்டார்கள்.

நேரம் விடிந்தது.

வண்டிக்காரர்களில் ஒருவன் பொத்தைக் கரைக்கு அடுத்த வயல்காட்டுக்குப் போகும்போது ரத்தக்கறையைக் கண்டான். அவன் சொன்னதைக் கேட்ட மற்ற வண்டிக்காரர்களும் போய் பொத்தையின் இடுக்குகளில் தேடினார்கள். அவர்களோடு சுடலையாண்டியும் எதுவும் தெரியாதவனைப்போல் தேடிக்கொண்டிருந்தான்.

நடுப்பொத்தையின் சரிவில் மல்லாந்த நிலையில் லேசாக தலை தொங்கிய பிணம் கிடந்தது. எல்லோரும் அருகில் போனார்கள்.

முகிலை இராசபாண்டியன் | 79

சுடலையாண்டியும் அருகில் போனான். அருகில் போன பிறகுதான் அங்கே கொலை செய்யப்பட்டது சிதம்பரம் என்பதைக் கண்டான் சுடலை.

ஒரு நிமிடம் என்ன செய்வது என்று அவனுக்குத் தெரியவில்லை.

தோப்பூர் பண்ணையாரின் தம்பிதான் சிதம்பரம் என்றதால் பல வண்டிக்காரர்களுக்கு அடையாளம் தெரிந்துவிட்டது.

சுடலை நழுவி வண்டிக்கு அருகில் போய்விட்டான்.

அதற்குள் சிதம்பரம் கொலை செய்யப்பட்டுவிட்டான் என்ற செய்தி மாடன் ஐயாவுக்கும் பாஸ்கரனுக்கும் தெரிந்துவிட்டது.

மாடன் ஐயா பொத்தை அடிவாரத்திற்கு விரைந்து வந்தார்.

திவானும் மகாராஜாவும் சுசீந்திரத்திலேயே இருந்ததால் பாஸ்கரன் நாயர், திவான் தங்கியிருந்த வீட்டுக்குப் போனார்.

மாடன் ஐயாவின் தம்பிதான் கொலை செய்யப்பட்ட சிதம்பரம் என்று தெரிந்த திவான் மிகவும் வருத்தப்பட்டார்.

தேரோட்டம் தொடங்க இருக்கும் இன்றைக்கு மகாராஜாவிடம் கொலை பற்றிய செய்தியைத் தெரிவிக்கவேண்டாம் என்று சொல்லிவிட்டார்.

பாஸ்கரன் நாயருக்கும் அதுதான் சரி என்று தோன்றியது.

நேரே பொத்தைக் கரைக்கு ஓடிவந்தார் பாஸ்கரன்.

மாடன் ஐயாவிடம் விவரங்களைச் சொன்னார். பாஸ்கரன் நாயர் சொன்னது மாடன் ஐயாவுக்குப் பிடிக்கவில்லை என்றாலும் அவருக்கு இப்போது வேறு வழியில்லை. பாஸ்கரன் நாயர் சொல்வதை எல்லாம் கேட்டுக்கொள்ள வேண்டிய கட்டாயம் அவருக்கு.

ஊர்க்காவல் படையினரின் உதவியுடன் சிதம்பரத்தின் உடல் வண்டியில் ஏற்றப்பட்டது.

அதற்குள் மாடத்தியும் வண்டிக்கு வந்துவிட்டாள்.

முதலில் நீங்கள் போய் ஆகவேண்டிய காரியத்தைக் கவனியுங்கள். வழக்கு விவகாரங்களைப் பின்னால் பார்த்துக் கொள்ளலாம் என்று பாஸ்கரன் நாயர், அவர்களை அனுப்பி வைப்பதிலேயே குறியாக இருந்தார்.

சுடலை வண்டியை ஓட்டினான். வண்டி தோப்பூருக்கு விரைவாகத் திரும்பிக்கொண்டிருந்தது.

17

சிதம்பரம் இறந்து மூன்று மாதம் கடந்துவிட்டது.

'தம்பியுடையான் படைக்கு அஞ்சான்' என்பார்கள். சிதம்பரம் இருக்கும்வரை மாடன் ஐயாவிடம் இருந்த தைரியம் இப்போது இல்லை.

மாடத்தியின் நடவடிக்கையும் மாடனுக்குப் பிடிக்கவில்லை.

தேரோட்டத்திற்குப் போய் வந்ததிலிருந்து வீட்டில் தினமும் ஒரு சண்டை. அலமேலுவுக்கும் மாடனுக்கும் இருந்த தொடர்பு மாடத்திக்குத் தெரிந்துபோனதால் அவள் பெண் புலியாகிவிட்டாள்.

தம்பியை இழந்து நிற்கும் மாடனுக்கு ஆறுதல் சொல்ல யாரும் இல்லை.

பாஸ்கரன் நாயர் அன்று சிதம்பரத்தின் உடலையும் மாடனையும் வண்டியில் ஏற்றிவிட்டவர், அதன்பிறகு துக்கம் விசாரிக்கக்கூட தோப்பூருக்கு வரவில்லை.

போனமாதம் மாடன் ஐயா கோட்டாற்றுச் சந்தைக்குப் போயிருக்கும்போது பாஸ்கரன் வீட்டுக்குப் போயிருந்தார்.

பாஸ்கரன் அப்போதும் வீட்டில் இல்லை. அலமேலு மட்டும்தான் தனியாக இருந்தாள்.

சிதம்பரத்துக்கு நேர்ந்ததைச் சொல்லி அழுதார் மாடன். அலமேலுவுக்கு அவர் அழுதது வருத்தமாகத்தான் இருந்தது. என்ன இருந்தாலும் குஞ்சன் நாயர் இறந்த பிறகு அவரைத்தான் அவள் கணவன் நிலையில் கருதியிருந்தாள்.

மாடன் ஐயா அழுததை அலமேலுவால் தாங்கிக்கொள்ள முடியவில்லை. இந்த நிலையில் அவருக்கு என்ன ஆறுதல் சொல்வது? என்று அவளுக்குப் புரியவில்லை.

'பட்ட காலிலே படும்; கெட்ட குடியே கெடும்' என்பார்கள். அதுபோல் மாடன் ஐயாவுக்குத் துன்பம் அடுக்கடுக்காய் வந்து கொண்டிருந்தது.

சுசீந்திரம் கோயில் சொத்தில் பெரும்பகுதி மாடன் ஐயாவிடம் இருப்பதை தாசில்தார் பாஸ்கரன் நாயர், முன்சீப் மூலம் தெரிந்து கொண்டார்.

ஒரு வாரத்திற்கு முன்பு அலமேலுவிடம் பாஸ்கரன் நாயர் பேசிக்கொண்டிருக்கும்போது திருவிதாங்கூர் பிரதிநிதி அலுவலகத்திலிருந்து சுசீந்திரம் கோயில் சொத்து விவரங்களைக் கேட்டு வந்திருந்த கடிதத்தைக் காட்டினார்.

நாஞ்சில் நாட்டின் எந்தப் பகுதிகளில் எல்லாம் என்னென்ன நிலங்கள் இருக்கின்றன என்ற விவரத்தையும், யார் யார் பெயரில் குத்தகைக்கு எத்தனை ஆண்டுகள் விடப்பட்டிருக்கிறது என்ற விவரத்தையும், குத்தகை வழங்கும் விவரத்தையும் ஒரு மாதத்திற்குள் அனுப்ப வேண்டும் என்று தாசில்தாருக்குக் கடிதத்தில் தெரிவிக்கப்பட்டிருந்தது.

அது தொடர்பாக நடவடிக்கை எடுக்குமாறு எல்லா முன்சீப்களுக்கும் அவர் ஆணை வழங்கினார். தோப்பூர் முன்சீப் கொடுத்த அறிக்கையின்படி பெரும்பான்மையான நிலங்கள் மாடன் ஐயாவின் பராமரிப்பில் இருப்பதைப் பாஸ்கரன் அறிந்தார். குத்தகைப் பாக்கியும் வருஷக்கணக்கில் இருப்பதையும் தெரிந்து கொண்டார்.

தாசில்தார் என்ற முறையில் பாஸ்கரனே நடவடிக்கை எடுக்க வேண்டிய கட்டாயத்தில் இருப்பதையும் அலமேலுவிடம் தெரிவித்தார்.

இதை மாடன் ஐயாவிடம் எப்படித் தெரிவிப்பது என்று பாஸ்கரன் நாயருக்குத் தெரியவில்லை. அதனால்தான் அவரால்

சிதம்பரம் கொலை செய்யப்பட்டு இறந்ததற்குத் துக்கம்கூட விசாரிக்கப் போக முடியவில்லை.

'மாடன் ஐயா இங்கே வந்தால், நீதான் பக்குவமாக எடுத்துச் சொல்லவேண்டும்' என்று அலமேலுவிடம் அவர் சொல்லியிருந்தார்.

நொடிந்துபோய்க் காணப்படும் மாடன் ஐயாவிடம் இந்தச் செய்தியைச் சொன்னால் அவர் மேலும் நொறுங்கிப்போவார்.

வீட்டில் மாடத்தியால் தொந்தரவு என்று சுசீந்திரத்துக்கு வந்தால் இங்கே அலமேலுவால் தொந்தரவு என்று மாடன் ஐயா கவலைப்படக் கூடாது என்று நினைத்து அலமேலு அதுபற்றி அவரிடம் பேசவில்லை.

காலையில் வந்த மாடன் அந்தி சாயும் நேரத்தில்தான் திரும்பினார். அலமேலு ஆதரவாகப் பேசியதில் கொஞ்சம் கவலை குறைந்து புதுத்தெம்போடு வண்டியில் தோப்பூருக்குப் போனார்.

18

ஜோசப் செம்புலிங்கம் அன்றும் சுடலையைத் தேடி வந்திருந்தார். அவர் தோளில் துண்டுடன் தைரியமாக மாடன் ஐயாவின் காம்பவுண்டுக்குள் நுழைந்தார்.

நல்ல வேளை, மாடன் பார்க்கவில்லை. பார்த்திருந்தால் அந்த இடத்திலேயே சண்டை மூண்டிருக்கும்.

நாடார்கள் தோளில் துண்டு போடக்கூடாது என்பதில் மாடன் எவ்வளவு உறுதியாக இருந்தாரோ அதே அளவு 'தோளில் துண்டு போடுவோம்' என்பதிலும் ஜோசப் செம்புலிங்க நாடார் உறுதியாக இருந்தார்.

ஜோசப் சொன்ன, வேதாகமக் கருத்துகளும் நாடார் பெருமைகளும் கொஞ்சம்கொஞ்சமாகச் சுடலையின் மூளையில் ஏறிக்கொண்டிருந்தன.

இந்தச் சிந்தனை சுடலைக்கு ஏறியதன் காரணம் ரோஸ்மேரியின் அப்பாவான ஜோசப் செம்புலிங்கம் சொன்னதால்தான்.

ஜோசப் இல்லாமல் வேறு எந்தக் கொம்பன் வந்து சொன்னாலும் மாடனின் வண்டியோட்டியாகிய சுடலையை மாற்ற முடியாது.

இப்போது சுடலை தன்னை மாடனின் வண்டிக் காரனாகவும் அடிமையாகவும் கருதவில்லை. ரோஸ்

மேரியைக் கல்யாணம் செய்துகொள்ளப் போகும் ஒரு ஆணாகக் கருதினான்.

இதுபோன்ற சிந்தனை, சுடலையின் மனதில் தோன்ற ஆரம்பித்தது முதல்தான் நாடார்களுக்கு எதிராகவும் கிறிஸ்தவர்களுக்கு எதிராகவும் மாடன் ஐயாவும் பாஸ்கரன் நாயரும் சிதம்பரமும் செய்திருந்த கொடுமைகள் புலப்படத் தொடங்கின.

தங்கையா, பொன்னையா, ஜோசப் செம்புலிங்கம் போன்றோருக்கும் தனக்கும் தொடர்பு இருக்கிறது என்பதைச் சுடலை உணர்ந்தான்.

அதனால்தான் பொத்தைக் கரையில் சிதம்பரத்தைக் கொன்றது பொன்னையாதான் என்ற உண்மையை அவன் யாரிடமும் சொல்லவில்லை. அதுமட்டும் இல்லாமல் தங்கையாவைக் கொல்வதற்குத் தெரிந்தோ தெரியாமலோ சுடலை உதவியாக இருந்துள்ளான். அதற்குக் கழுவாயாகக் கருதித்தான் அவன் பொன்னையாவைக் காட்டிக்கொடுக்க விரும்பவில்லை.

இப்போதெல்லாம் சுடலைக்குக் கூனிக் குறுகி நடப்பதற்கு விருப்பம் இல்லை. அதனால் ஜோசப் சொல்லும் கருத்துகள் எல்லாம் அவனது மூளைக்குள்ளே இருந்து அவனுக்கே தோன்றும் கருத்தாகவே அவனுக்குத் தோன்றியது.

தனது தந்தையார் காலத்திலிருந்து நாம் எவ்வளவு அடிமுட்டாள்களாக இருந்திருக்கிறோம் என்ற தெளிவு அவனுக்கு ஏற்பட்டது.

இந்த வேளையில்தான் தோளில் துண்டு போட்டுக்கொண்டு ஜோசப் செம்புலிங்கம் வந்துகொண்டிருந்தார். அவரைப் பார்த்ததும் சுடலைக்கு உற்சாகம் பிறந்தது.

"என்ன சுடலை, உனக்குன்னு என்னை விட்டா வேற யாரும் இல்லை. நீயும் ஒரு ஆம்பளையா நடக்கணும்னா உனக்குக் கல்யாணம் ஆகணும். உனக்குப் பெண் கொடுப்பதில் எனக்குப் பூரண சம்மதம். இதுபற்றி ரோஸ் மேரியிடமும் கேட்டுட்டேன்" என்று சொல்லி நிறுத்தினார் ஜோசப்.

"ரோஸ் மேரி, என்ன சொன்னா மாமா?" என்று ஆர்வமாகக் கேட்டான் சுடலை.

"அவ என்னத்தைச் சொல்லுவா... நீங்க யாரைப் பார்த்துக் கழுத்தை நீட்டுன்னு சொன்னாலும் நான் கழுத்தை நீட்டுவேன்.

எனக்க நல்லது, கெட்டது உங்களுக்குத் தெரியாதான்னு சொல்லிட்டா. ஆனா, அவ ஒரே ஒரு இடைஞ்சல்தான் சொன்னா” என்று மீண்டும் நிறுத்தினார் ஜோசப்.

“என்ன மாமா இடைஞ்சல்..?

“அவ கர்த்தருக்குப் பிரியமானவரைத்தான் கல்யாணம் முடிப்பேன்னு சொல்றா” என்று சொன்னதும் சுடலைக்கு சந்தோஷம் பொங்கியது.

ஏசு சாமியை ஏற்றுக்கொள்வதில் சுடலைக்கு எந்தக் கஷ்டமும் கிடையாது. ஏனென்றால் இதுபற்றி, சுடலை ஏற்கெனவே ஒரு முடிவுக்கு வந்திருந்தான். கிறிஸ்து மார்க்கத்தில் சேர்ந்த நாடார்களின் நடை உடைகளிலும் பழக்கவழக்கங்களிலும் காணப்பட்ட அழகையும் வசதியையும் அவன் கவனித்திருக்கிறான். சமூகத்தில் அவர்கள் உயர்வாக மதிக்கப்பட்டதையும் அவன் அறிந்திருந்தான்.

தானும் கிறிஸ்தவ மார்க்கத்தில் சேர்ந்துவிடலாமா என்று பலமுறை யோசித்துப் பார்த்திருக்கிறான். அதற்கான நல்ல வாய்ப்பு இப்போது வந்திருக்கிறது.

ஜோசப் செம்புலிங்கம் சொன்னதற்கு உடனே ஒப்புக் கொண்டான்.

“அப்படீன்னா கல்யாணத்தை லீபுரம் சர்ச்ல வச்சுக்கலாம்” என்றார் ஜோசப்.

கல்யாணம் எங்கே நடக்கிறது என்பதெல்லாம் சுடலையைப் பொறுத்தவரையில் பிரச்னையே இல்லை. கல்யாணம் நடந்தால் போதும். வேறு எதைப் பற்றியும் அவனுக்குக் கவலை இல்லை.

ஜோசப் சொன்னதன்படி ஒருநாள் ஜேம்ஸ் டவுணுக்குப் போய் லூயிஸ் பாதிரியாரைப் பார்த்து கிறிஸ்து மார்க்கத்திற்கு மாறிவிட்டான் சுடலை.

சாதாரண சுடலையாக இருந்த அவன், ஜான் சுடலையாக மாறிய விஷயம் மாடன் ஐயாவுக்குத் தெரியாது.

இந்த மாற்றம் ஒரு ஆறு மாதத்திற்கு முன்பு நிகழ்ந்திருந்தால் உடனே மாடன் ஐயாவுக்குத் தெரிந்திருக்கும். இப்போது மாடன் தனது உடலாலும் உள்ளத்தாலும் மிகவும் சோர்ந்து போனதாகக் கருதினார். வெளி உலகத்தில் என்ன நடக்கிறது என்பதே அவருக்குத் தெரியாது.

தன்னந்தனிக் காட்டுக்குள், தான் மட்டும் தனித்து நிற்பதாக அவருக்குத் தோன்றியது. தனக்கு ஒன்று என்றால் யாரும் இல்லை என்று எண்ணினார்.

பாஸ்கரன் நாயர் முன்புபோல் பழகியிருந்தால் இந்தச் சுயபச்சாதாபம் அவருக்கு ஏற்பட்டிருக்காது. ஆனால், இப்போது அவர் முன்பு செய்த கொடுமைகளை எல்லாம் எண்ணிப் பார்த்துக் கவலைப்பட்டார். அவரது அடிமைகளான நீலங்குட்டியையும் இசக்கியையும் கொன்றது அவரது எண்ணத்துக்குள் பாவ அலையை எழுப்பியது.

19

திருகுக்கள்ளியும் கொடிக்கள்ளியும் கலந்து போடப்பட்ட வேலி. அந்த வேலி முழுவதும் கோவைக் கொடி படர்ந்திருந்தது. அங்கொன்றும் இங்கொன்றுமாகக் கோவைப் பழங்கள் இரத்தச் சிவப்பாகத் தொங்கின. இடையிடையே கோவைக் காய்கள்.

அந்த வேலியை ஒட்டி இருந்த குடிசையின் கதவைத் தட்டிக் கொண்டிருந்தான் சுடலை.

அது அதிகாலை நேரம்.

பொழுது இன்னும் சரியாக விடியவில்லை.

முகத்துக்கு முகம் தெரியாத அந்த வேளையில் கதவைத் திறந்தால் சுடலை நிற்பது கண்ணுக்குத் தெரியாது.

அதிகாலை இருட்டும் அவன் உடலும் ஒரே நிறமாக இருந்தன. இருட்டிலிருந்து அவனைப் பிரித்து அறிய வேண்டும் என்றால் இருள் முழுவதும் விலகவேண்டும். சட்டைப் போடாத அந்தக் கறுத்த உடலை அடையாளம் காட்டுவதற்காக இடுப்பில் அவன் வேட்டி கட்டியிருந்தான். அது புதிதாகக் கட்டும்போது வெள்ளையாகத்தான் இருந்திருக்கும்.

இப்போது யாரைக் கேட்டாலும் அதைக் காவி வேட்டி என்றுதான் சொல்வார்கள். காவிதான் அதன் நிறம்

என்றாலும் இப்போது நாம் காணும் துறவிகளின் காவி வேட்டியைப்போல் அதைக் கற்பனை செய்து கொள்ளாதீர்கள். செம்மண் நிலத்தில் தொடர்ந்து வேலை செய்ததால் ஏற்பட்ட காவி நிறம் அது. உழைத்ததனால் ஏற்பட்ட காவி அது.

காவி நிறம் தியாகத்தின் நிறம் என்பதால் துறவிகள் அணிகிறார்கள். அவர்களுக்குத் தியாகத்தின் அடையாளம் காவி நிறம். சுடலைக்கு அவனது உழைப்பின் அடையாளம் காவி நிறம்.

கதவைத் திறந்துகொண்டு நீலன் குட்டி வெளியே வந்தான். அவன் சுடலையைப் பார்க்கவில்லை என்றாலும் சுடலைதான் கதவைத் தட்டியிருப்பான் என்ற யூகத்தில்,

"என்னலே சுடலை! வெள்ளனே வந்துட்டே?"

"மாடன் ஐயா, உங்களைக் கையோட கூட்டிட்டு வரச் சொன்னாங்க" அகலாத இருட்டுக்குள் நின்ற சுடலைதான் சொன்னான்.

"இப்பவே வந்துடுறேன்னு போய்ச் சொல்லு" என்று சொன்ன நீலன் குட்டி, குடிசைக்கு உள்ளே போனான்.

இப்பவே வந்துடுறேன் என்று நீலன் குட்டி சொல்லியிருந்தாலும் உடனே மாடன் ஐயாவைப் போய்ப் பார்க்க அவன் விரும்பவில்லை.

தோட்ட வேலைக்கு, வயல் வேலைக்கு அல்லது விறகு உடைப்பதற்கு என்று இதுவரை ஆள்விட்டு அவர் கூப்பிட்டதில்லை. விவகாரம் ஏதாவது இருந்தால்தான் அவர் ஆள்விட்டுக் கூப்பிடுவார் என்பது நீலன் குட்டிக்குத் தெரியும்.

இசக்கியை எழுப்பிச் சொல்லலாமா என்று ஒரு கணம் யோசித்தான். இந்த அதிகாலை வேளையில் அவளை எதற்காகக் கலவரப்படுத்தணும் என்று நினைத்த நீலன் குட்டி, குடிசையைச் சாற்றிவிட்டு வெளியே வந்தான்.

வேட்டி முழங்காலுக்குக் கீழே போகாமல் உயர்த்திக் கட்டிக் கொண்டான்.

எது எப்படியானாலும் சமாளித்துதான் ஆகவேண்டும் என்ற முடிவுக்கு வந்தவனாய் நடந்தான். என்றாலும் அவனது மனம் ஒரு நிலை கொள்ளவில்லை.

நேற்று அவனும் இசக்கியும் ஜேம்ஸ் டவுனுக்குப் போய் லூயிஸ் பாதிரியாரைப் பார்த்த விஷயம் எப்படியோ தெரிந்துவிட்டது என்ற தெளிவை ஏற்படுத்திக்கொண்டான்.

வெளித்திண்ணையில் சாய்வு நாற்காலியில் உட்கார்ந்திருந்தார் மாடன் ஐயா. திண்ணையின் கீழே கையைக் கட்டிக்கொண்டு நின்றான் சுடலை.

நீலன் குட்டி முற்றத்தில் வந்து கையைக் கட்டியபடி நின்றான்.

அவன் வந்து நின்றதை மாடன் ஐயா பார்த்துவிட்டார். என்றாலும் பார்க்காதது போல் படுத்திருந்தார்.

"ஐயா, நீலன் வந்திருக்கார்" என்று சுடலைதான் சொன்னான்.

"என்னலே சொன்னா..."

"ஐயா... நீலங்குட்டி..."

"நீலங் குட்டியா... வாலே... என்னா?" என்று இழுத்தார் மாடன் ஐயா.

"ஐயா... நீங்க கூப்பிட்டீங்கன்னு..."

"கூப்பிட்டேன்னு..."

"வந்தேன்..."

"நீ வந்ததைப் பற்றிக் கேட்கலைலே உங்கிட்ட... நேற்று அந்திக்கு எங்கே போயிருந்தே..?" என்று கோபமாகக் கேட்டார் மாடன் ஐயா.

"நேற்று அந்திக்கு... ஐயா... சேம்ஸ் டவுனுக்கு..."

"ஏலே, யார் சோற்றைத் தின்னுகிட்டு இருக்கிறே தெரியுமாலே... இங்க வேலை இல்லைன்னா எங்கலே போவே... அந்த லூயி பாதிரியா உனக்குச் சோறு போடுவான்..?"

நீலங்குட்டி பதில் பேசவில்லை. தலை குனிந்தே நின்றான்.

"இந்தத் தோப்பூர்ல இருக்கிற தோட்டம், தோப்பு எல்லாம் யாருக்க தெரியாமலே... அட அது கெடக்கட்டும். நீ குடிசை போட்டிருக்கிற இடம் யாருக்க தெரியுமாலே?" என்று கேள்விமேல் கேள்வியாக அடுக்கினார் மாடன் ஐயா.

"ஐயா... நாங்க இன்னைக்கும் உங்க அடிமைதான் ஐயா. இந்தச் சாமி மட்டுந்தான்..."

"என்னலே சாமி மட்டுந்தான்..."

"ஏசு சாமிகிட்ட நாங்க போயிட்டோம் ஐயா..."

"ஏண்டா... யார்கிட்ட பேசுறோம்ங்கறது தெரிஞ்சுதானாலே நீ பேசுறே..."

"ஐயா... தெரியுது ஐயா... சாமி விஷயத்துல எந்த மாத்தமும் இல்லை... வேற விஷயம் இருந்தா சொல்லுங்க..."

நீலங்குட்டி தீர்க்கமாகப் பதில் சொன்னது மாடன் ஐயாவின் வாயை அடைத்துவிட்டது. இருந்தாலும் அவரது பண்ணையார் கௌரவம் அவரைச் சும்மா இருக்கவிடவில்லை.

"ஏலேய்... நீ நிக்கிறதும் நடக்கிறதும் உண்றதும் உறங்கறதும் ஒண்ணுக்குப் போறதும் யார் இடத்துலன்னு விவரம் புரியுதா..?"

"விவரம் புரியுது ஐயா... எல்லாம் தெரியுது... உங்க தோட்டம், தோப்பு எல்லாம் உங்களுக்கு எப்படி வந்ததுன்னு தெரியுது... எங்களுக்கு ஏன் வீடு, வாசல் இல்லைன்னும் தெரியுது..."

"நான் செஞ்ச உபகாரங்களை எல்லாம் மறந்துட்டியா..?"

"எப்படி ஐயா நீங்க செஞ்ச உபகாரங்களை மறப்பேன்... எங்க பொண்ணடிங்க மார்பை மூடுறதுக்குக்கூட துணிபோடக் கூடாதுங்கறது நீங்க செஞ்ச உபகாரந்தான். நாங்க நாலுகாசு சம்பாதிச்சு தனியா ஓலைக்குடிசை போடக்கூடாதுன்னு சொன்னதும் உங்க உபகாரந்தான். காலுக்குச் செருப்புப் போடக்கூடாது, வெயிலுக்கும் மழைக்கும் நாங்க செஞ்ச கொடையை நாங்களே பிடிச்சுட்டுப் போகக் கூடாதுன்னு சொல்றதும் நீங்க செஞ்ச உபகாரந்தான்..." என்று மூச்சு வாங்கி நிறுத்திய நீலங்குட்டி, மாடன் ஐயாவின் முகத்தைப் பார்த்தான்.

மாடன் ஐயாவின் கண்கள் சிவந்தன. முகம் கறுத்தது. செம்மறியாட்டு மந்தையில் ஒரு ஆடு தனியாக மேய்கிறது. இந்த ஆட்டை மேயவிடக் கூடாது என்று முடிவெடுத்துக்கொண்டார்.

பக்கத்தில் நின்ற சுடலைக்கு நீலங்குட்டி தைரியமாகப் பேசியது ஆச்சரியமாக இருந்தது. அவன் சொன்ன விஷயங்களும் அவனுக்கு ஓரளவு புரிந்தது.

மனதுக்குள் முடிவெடுத்துக்கொண்ட மாடன் ஐயா, முகத்தில் சிரிப்பைக் காட்ட முயன்றார். முகம் சிரிக்க மறுத்தது.

"என்னலே, குட்டி உளர்றே... நாங்க உங்களுக்கு ஏதுல தடை போட்டிருக்கோம்? அதெல்லாம் தெய்வக்குத்தம் வந்துடக் கூடாதுன்னு தெய்வமா பாத்துப் போட்டிருக்கிற தடைலே" என்று விளக்கம் கூறினார் மாடன் ஐயா.

"அதனாலதான் ஐயா நாங்க, குத்தம் சொல்ற சாமியை விட்டுட்டு குத்தம் சொல்லாத ஏசு சாமிகிட்ட போய்ட்டோம்."

“ஏசு நம்ம சாமியில்லைலே. வெளிநாட்டுக்காரன் சாமிலே. அவனுவ உன்னைப்போல உள்ளவனுவள பலிகடா ஆக்கிப் புடுவானுவலே. ஒழுங்கு மரியாதையா நடந்துக்க” என்று புருவத்தை நெரித்தார் மாடன் ஐயா.

“ஏசு நம்ம சாமியில்லைன்னா எது ஐயா நம்ம சாமி..?”

“நம்ம தாணுமாலயனும் நம்ம பள்ளிகொண்ட பெருமாளும்தான்.”

“அந்தச் சாமிதானே ஐயா எங்களை ஒதுக்கி வச்சிடுச்சு. அதனால நாங்க அந்தச் சாமியைத் தள்ளிவைக்கிறோம்” என்று சொல்லிய நீலங்குட்டி, திரும்பி வேகமாக வீட்டை நோக்கி நடந்தான். அவன் பேசிய விதம் அவனுக்கே ஆச்சரியமாக இருந்தது.

‘எப்படி இவ்வளவும் பேசினேன்’ என்று நினைத்த அவன் நடக்கப்போவதை எண்ணிப் பயப்பட்டான்.

குடிசைக்கு வெளியே இசக்கி நின்றாள். காலையிலேயே பரபரப்பாக வரும் நீலங்குட்டியைப் பார்த்ததுமே அவளுக்கு விஷயம் தெரிந்துவிட்டது.

எதையும் எதிர்கொண்டுதான் வாழ்ந்தாக வேண்டும். பயந்து ஒதுங்குவதால் மட்டும் பாய்கிற புலி பதுங்கிவிடாது. பாய்ந்தாலும் பதுங்கினாலும் நடப்பது நடக்கட்டும் என்ற முடிவோடுதான் நீலங்குட்டி வீட்டுக்கு வந்தான்.

எந்தக் காரணத்தைக் கொண்டும் மதம் மாறியதிலிருந்து பின்வாங்கக் கூடாது என்று தீர்மானித்து நீலங்குட்டி மைலாடி சர்ச்சுக்குப் போகத் தொடங்கினான்.

20

சீமை ஓடு வேயப்பட்டு அந்தத் தேவாலாயம் நிமிர்ந்து நின்றது. அதன் முகப்பில் வானத்தைப் பார்த்தபடி ஒரு சிலுவை. தேவாலயத்திற்கு வலப்புறம் வேப்பமர நிழலில் மணி மேடை.

கருமன், அந்த மணி நாக்கில் கட்டப்பட்டிருந்த கயிற்றை இழுத்து மணியை அடித்தான். விட்டுவிட்டு ஒலித்த அந்த மணி ஓசை சுற்றுப்புறங்களில் எதிரொலித்தது.

அது ஒரு ஞாயிற்றுக் கிழமையின் காலை வேளை.

மணி ஓசைக் கேட்டதும் அன்று ஞாயிற்றுக்கிழமை என்பதை உணர்ந்த பலர் தேவாலயத்துக்குப் புறப்பட்டார்கள்.

நீலன் குட்டியும் அவன் மனைவி இசக்கியும் தேவாலயத்துக்குப் போவதற்குத் தயாராகிக் கொண்டிருந்தார்கள்.

நீலன் தனது வேட்டியைக் கணுக்கால் வரை தொங்கும்படி கட்டியிருந்தான். தோளில் ஒரு துண்டை மடித்துப் போட்டுக்கொண்டான்.

துண்டைத் தோளில் போடும்போதே நீலனின் கை நடுங்கியது. கணுக்கால் வரை வேட்டித் தொங்கியதால் அது அவிழ்ந்து விழுந்துவிடுமோ என்று அடிக்கடி அவன் தனது இடுப்பைத் தொட்டுப் பார்த்துக்கொண்டான்.

குடிசையின் மூலையில், சேலையின் கொசுவத்தை மடித்துக் கொண்டிருந்தாள் இசக்கி. அவளால் கொசுவத்தைச் சரியாக மடிக்க இயலவில்லை.

சேலையைச் சுற்றிக் கட்டியே பழகிப்போன அவள் கைகளுக்குக் கொசுவம் மடிப்பது என்பது கஷ்டமாகத்தான் இருந்தது. அவளுக்குத் தெரிந்தவரையில் மடித்து இடுப்பில் சொருகிக்கொண்டாள். லூயிஸ் பாதிரியாரின் மனைவி தைத்துக் கொடுத்திருந்த குப்பாயத்தை எடுத்துப்போட்டு மார்பை மறைத்துக்கொண்டாள்.

குப்பாயத்தின் மேல் முந்தானைச் சேலையை இடப்பக்கமாகப் போட்டு முந்தானையைப் பின்னால் தொங்கவிட்டாள். குஞ்சத்துடன் தொங்கிய முந்தானைத் தலைப்பை இழுத்து முன்பகுதியில் தோள் சேலை விழாமல் தடுக்க இறுக்கமாகச் செருகிக்கொண்டாள்.

இடது கையில் வேதாகமத்தை எடுத்துக்கொண்டான் நீலன். இருவரும் வெளியே வந்து தேவாலயத்தை நோக்கி நடந்தார்கள்.

நீலனின் குடிசைக்கும் தேவாலயத்துக்கும் இடையில் சுமார் ஒரு மைல் தூரம் இருக்கும்.

அவர்கள் நடந்துபோகின்ற வழியில்தான் மாடன் ஐயாவின் பண்ணை வீடு இருந்தது.

பண்ணை வீட்டுக்கு அருகில் வரும்போது நீலன்குட்டியின் கை அவனை அறியாமல் தோளில் கிடந்த துண்டை எடுத்து இடுப்பில் கட்டிக்கொண்டது.

இசக்கி எதைப் பற்றியும் கவலைப்படாமல் நடந்து கொண்டிருந்தாள்.

நீலன் குட்டியும் இசக்கியும் பண்ணை வீட்டு வேலி ஓரத்தில் வரும்போதே ஒருவன் உள்நோக்கி ஓடினான். உள்ளேயிருந்து மூன்றுபேர் வந்தார்கள்.

"ஓய்... சாணாத்தி ரவிக்கைப் போட்டுட்டுப் போறா ஓய்..." என்றான் ஒருவன்.

"அதெப்படி ஓய் ரவிக்கைப் போடலாம்... ஒரு மட்டு மருவாதி இல்லாமப் போச்சு ஓய்..." என்றான் இன்னொருவன்.

"அட, என்ன ஓய் ஆளுக்கு ஆளு பேசிக்கிட்டு நிக்கறியே... புடிச்சு ரவுக்கையை கிழிச்சுப் போடுலே" என்றான் மாடன் ஐயாவின் தம்பி சிதம்பரம்.

பக்கத்தில் நின்ற இரண்டுபேர் இசக்கியை நோக்கி ஓடிவந்தார்கள். அதற்குள் அவர்களின் பேச்சையும் போக்கையும் புரிந்துகொண்டு நீலனும் இசக்கியும் தேவாலயத்தை நோக்கி வேகமாக ஓடத்தொடங்கினார்கள்.

கணுக்கால் வரை வேட்டிக் கட்டியிருந்ததால் நீலனால் ஓடமுடியவில்லை. அவனது வேட்டி காலுக்குள் மாட்டி அவனது வேகத்தைத் தடுத்தது.

இசக்கியாலும் கொசுவம் வைத்துக் கட்டிய புடவையுடன் ஓட முடியவில்லை.

சிதம்பரமும் வேறு இருவரும் ஓடிவந்தார்கள்.

"விடாதுங்கலேய், சாணாரப் பசங்களுக்குக் கொழுப்பு கூடிப்போச்சிலே" என்று வேலிக்கு உள்பக்கமாக நின்றவர்கள் கத்தினார்கள்.

"அந்தா ஓடிப் போறா பாருலே இசக்கி... விடாதலே... அவ சேலையைப் புடிச்சி இழுலே" என்று மீண்டும் சத்தம் கேட்டது.

"ஐயா, வேண்டாம்யா..." என்று நீலன் ஓடமுடியாமல் கும்பிட்டு நின்றான்.

கும்பிட்ட அவனது கையைப் பிடித்து வளைத்துப் பின்னால் கட்டினான் ஒருவன். அவனது வேட்டியை உருவி கோவணமாக்கினான் வேறொருவன்.

அதற்குள் பண்ணையார் வீட்டு வேலிக்குள் நின்று கொண்டிருந்தவர்கள் ஓடிக்கொண்டிருந்த இசக்கியை வழி மறித்தார்கள்.

"அடப் பாவிகளா, நீங்க வெளங்குவியளா! நாசமாப் போயிடுவீங்க! உங்க வம்சம் அழிஞ்சு போயிடும்..." என்று கத்திய இசக்கி தடுமாறி நின்றாள்.

அவளது உடலை மறைத்திருந்த சேலையைப் பிடித்து இழுத்தான் ஒருவன்.

"பண்ணை வேலை செய்யற பண்ணை நாயி... உனக்கு ரவிக்கை கேக்குதா..." என்று அவளது ரவிக்கையை இழுத்துக் கிழித்தான் ஒருவன்.

கையில் இருந்த வேதாகமத்தால் அவளது மார்பைப் பொத்திக்கொண்டு ஓடினாள் இசக்கி.

விரட்டிச்சென்று அவளது தலைமுடியைப் பிடித்து இழுத்துச் சென்றான் சிதம்பரம்.

களத்து ஓரத்தில் நின்ற புளியமரத்தில் நீலன் குட்டியைக் கட்டி வைத்திருந்தார்கள். அவனது கால் தரையில் படவில்லை. உடல் முழுவதும் புளிய மிளாறு கோடு கிழித்திருந்தது. அவனது தலை தொங்கியிருந்தது.

பண்ணை வீட்டுக்குப் பின்பக்கம் இசக்கியை இழுத்துக் கொண்டு போனான் சிதம்பரம்.

“காளியாத்தா... உனக்குக் கண்ணில்லையா... இவனுகளைக் கேக்க மாட்டீயா...” என்று ஓலமிட்டாள் இசக்கி.

“மதம் மாறிப்போன செறுக்கி மொவ... காளியாத்தாவைக் கூப்பிடுறா பாரு” என்று அவள் கையிலிருந்த வேதாகமத்தைப் பிடுங்கியவர்கள் தங்கள் கோபம் தீரும் வரையிலும் அதைத் துண்டுத்துண்டாகக் கிழித்து எறிந்தார்கள்.

•○•

அரபிக்கடல் அலை ஆவேசமாக அடித்துக் கொண்டிருந்தது. கரையின்மீது அதற்கு என்ன கோபமோ தெரியவில்லை.

பாம்பு தனது ஆத்திரம் தீரும் வரையிலும் தரையில் கொத்துவதைப்போல அந்த அலைகளும் கரையில் வந்து சீற்றத்துடன் விழுந்தன.

கன்னியாகுமரியிலிருந்தும் சுற்றுப்புறங்களிலிருந்தும் மக்கள் கல்மூலைக் கடற்கரையை நோக்கிப் போய்க்கொண்டிருந்தார்கள்.

கன்னியாகுமரிக்கும் கோவளத்துக்கும் இடையில் கல்மூலை என்ற பகுதி, கடற்கரையில் இருக்கிறது. கடல் அலை அந்தக் கற்களில் வந்து அடித்துச் சிதறும். அந்த இடத்தில் ஒரு சிறிய வளைவும் இருக்கும்.

சின்னச் சின்ன உப்புப் பாறைக் குன்றுகளைக் கொண்ட பகுதி அது. அந்த இடத்தில் கடல் பகுதி வளைந்து ஒரு மூலைபோல் காணப்பட்டதாலும் அதைக் கல்மூலை என்றார்கள் அப்பகுதி மக்கள்.

அந்தக் கல்மூலைக்குப் பக்கத்தில் இரண்டு பிணங்கள் ஒதுங்கியிருப்பதாக மக்கள் பேசிக்கொண்டார்கள்.

கல்மூலைக்குச் சற்றுத்தொலைவில் உள்ள பாழ்கிணற்றுப் பக்கத்தில் இருந்த ஏற்றத்தில் சிதம்பரமும் இன்னொருவனும் நின்று கொண்டிருந்தார்கள்.

கன்னியாகுமரிப் பகுதியில் அதுதான் மிகவும் உயர்ந்த இடம். அந்த இடத்திலிருந்து சுற்றும் முற்றும் பார்க்கலாம். அங்கிருந்து நேரே கிழக்குப் பக்கம் போனாலும் தெற்குப் பக்கம் போனாலும் கண்ணுக்கு எட்டிய தூரம் வரைக்கும் கடல் மட்டுமே இருந்தது.

அந்த வழியாக வந்த மக்கள் அவர்களிடம், "ஐயா... அந்தக் கல்மூலையில ரெண்டு பொணம் கெடக்குன்னு சொன்னாங்களே, நிசமாய்யா?" என்று கேட்டார்கள்.

"அட, நிசந்தா ஓய்... யாரோ புருஷனும் பொண்டாட்டியும் போல இருக்கு. பொழைக்க வழியில்லாம கடலுக்குள்ள விழுந்து செத்துப் போயிட்டாங்களாம்" என்றான் சிதம்பரம்.

"நம்ம சனங்களுக்கு இப்பெல்லாம் ஒழைச்சுச் சாப்பிடறதுக்கு மனசு கேக்காது. ஊரான் வீட்டில புடுங்கித் தின்னாத்தான் நிறையும். எல்லாம் கலிகாலமய்யா" என்றான் ஒருவன்.

வந்தவர்களும் அவர்களுக்கு ஏதுவாகப் பேசினார்கள்.

"ஆமாய்யா. சனங்க புத்தி மாறாட்டமா அலையுது. இல்லேன்னா, இப்படி மதத்துப் போய் சாவானுவளா! சரி, வாறமய்யா..." என்று அவர்கள் கல்மூலைக்குப் போனார்கள்.

சிதம்பரமும், அவனோடு வந்தவனும் செய்தியை எப்படிப் பரப்பவேண்டும் என்று நினைத்து வந்தார்களோ, அந்த வகையில் பரப்பிவிட்ட திருப்தியோடு தோப்பூருக்குத் திரும்பினார்கள்.

21

நீலன் குட்டியையும் இசக்கியையும் கொன்றபோது இருந்த உடல் திமிரை நினைத்துக்கொண்டிருந்த மாடன் ஐயா திண்ணையிலிருந்த தூணில் அப்படியே சாய்ந்தார்.

அவருக்கு முன்னால் சுடலை வந்து நின்றான். அவன் தனது கைகளை இப்போது குறுக்காகக் கட்டி இருக்கவில்லை. முதுகை வளைத்தும் நிற்கவில்லை.

இதை எல்லாம் கவனித்துப் பார்க்கும் நிலையில் மாடனும் இல்லை.

"ஐயா" என்றான்.

நிமிர்ந்து பார்த்த மாடன் 'என்ன?' என்பதுபோல் தலையை மேல்நோக்கி அசைத்தார்.

"ஐயா எனக்குக் கல்யாணம்..." என்று இழுத்தான் சுடலை. அவனது உடல் நிமிர்ந்து நின்றது. தானும் ஒரு மனிதன் என்ற உணர்வு அவனுக்குத் தோன்றியிருப்பதை யாரும் எளிதில் புரிந்துகொள்ள முடியும்.

"நானே உங்கிட்ட இது சம்பந்தமா கேக்கணும்னுதான் நினச்சிருந்தேன்லே... பொண்ணு பாத்து முடிச்சிடலாம். வண்டிப் புரைக்குப் பக்கத்திலேயே ஒரு குடிசை போட்டுக்க" என்றார்.

"பொண்ணெல்லாம் பாத்துட்டேன் ஐயா."

“என்னலே, உன்னை நா ஒரு வெவரங்கெட்டவன்னுல்லே நினைச்சிருந்தேன். ரொம்ப வெவரமா இருக்கியே. சொல்லுலே... யாரு பொண்ணு?”

“லீபுரத்துல எங்க மாமா ஒருத்தர் இருக்கிறதா சொன்னேன் இல்லியா ஐயா...”

“ஆமாலே... யாரோ... செம்புலிங்கம்னு சொன்னியே அவனா?”

“ஆமாய்யா அவருக்க பொண்ணைத்தான் கல்யாணம் பண்ணிக்கலாம்னு இருக்கேன்.”

“ஏலே, செம்புலிங்கம் வேதக்காரனா போயிட்டான்னுல்லா சொன்னாவ. நீ அவனுக்க பொண்ணைக் கல்யாணம் பண்ணிக்கலாம்னு சொல்றியே” என்று கேட்ட மாடன் ஐயாவின் முகம் கொஞ்சம் வெறுப்பைக் காட்டியது.

“ஆமாய்யா... அவருக்க பொண்ணு பேருகூட ரோஸ் மேரியாம். அவளைத்தான் கட்டிக்கலாம்னு நினைச்சேன்.”

“ஏலேய்... அவளைக் கட்டணும்னா நீயும் வேதக்காரனா போணும்னு சொல்லுவானே” என்று சந்தேகத்தோடு கேட்டார் மாடன் ஐயா.

“ஆமாய்யா, லீபுரம் வேதக்கோயில்ல கல்யாணத்தை வச்சுக்கலாம்னு...” என்று சுடலை சொல்லி முடிப்பதற்குள் மாடன் இடைமறித்தார்.

“அப்போ... எல்லாக் காரியமும் முடிஞ்சாச்சுன்னு சொல்லு.”

“இல்லை ஐயா. உங்களைக் கேக்காம எப்படி ஐயா..?”

“என்ன கேக்கிறதுக்கு என்னலே இருக்கு... உனக்க மாமன் மொவளை நீ கல்யாணம் பண்றதுக்கு எங்கிட்ட என்னலே கேக்கிறது..?”

“என்ன இருந்தாலும் நீங்க எனக்கு எசமான் இல்லையா ஐயா. உங்க சம்மதம்தானே ஐயா... எனக்கு வேணும்” என்று சுடலை சொன்னதில் உண்மையைவிடப் பாசாங்குதான் அதிகமாக இருந்தது. மேலும்,

“ஐயா... கல்யாணத்துக்கு உங்க சம்மதத்தோட உங்க வில்லு வண்டியில மாப்பிள்ளையா போய் இறங்கலாம்னு... உங்ககிட்டே வண்டியைக் கேட்கலாம்னு வந்தேன்” என்று சுடலை சொல்லியதுதான் தாமதம்.

சோர்ந்து தூணோடு சாய்ந்து இருந்த மாடன் ஐயா உடலைக் குலுக்கிக்கொண்டு எழுந்தார். அவருக்கு எங்கிருந்துதான் அவ்வளவு வேகம் வந்ததோ? சோர்ந்திருந்த அவரது முகத்தில் ஆத்திரம் கொப்பளித்தது.

எழுந்த வேகத்தில் காலைத் தூக்கிக் காலில் கிடந்த செருப்பைக் கழற்றி அடித்துவிட்டார்.

ஓரளவு கோபத்தைச் சுடலை எதிர்பார்த்துத்தான் வந்திருந்தான் என்றாலும் இப்படிச் செருப்பைக் கழற்றி அடிப்பார் என்று அவன் நினைக்கவில்லை.

எந்த வண்டியைக் காலமெல்லாம் அவருக்காக ஓட்டினானோ அந்த வண்டியில் தனது கல்யாணத்திற்குப் போவதற்கு அனுமதி இல்லை என்றால் என்ன அடிமைப் பிழைப்பு..?

'இதுநாள் வரை அவருக்குச் செருப்பைப்போலக் கிடந்து பாடுபட்டதால் இன்றைக்கு அவர் செருப்பைக் கழற்றி அடித்துவிட்டார்' என்று நினைக்கும்போதே சுடலையின் ரத்தத்தில் சூடு பரவியது.

"ஏண்டா... சின்ன சாதி நாயே... நான் உட்கார்ந்து போற வில்லுவண்டியில நீ மாப்பிள்ளைக் கோலம் போட்டுட்டுப் போலாம்னு நினைச்சியா? எனக்க வில்லு வண்டியில நீ லீபுரம் சர்ச்சுக்கால போறே! ஏலேய்... எனக்கு முன்னால நின்னு என்ன கேட்டுப்புட்டே நீ..? வேதக்காரன் பொண்ணைக் கல்யாணம் பண்ற ஒரு ஜாதி கெட்ட பயலுக்கு எனக்க வில்வண்டியாலே..! உன்னைப் பொலி போட்டிடுறேன் பாருலே..." என்று தாழ்வாரத்தில் இருந்த பிரம்பை எடுத்தார் மாடன் ஐயா.

வண்டி கேட்பதில் இவ்வளவு பிரச்சினை இருக்கும் என்று சுடலை சிந்தித்துப் பார்க்கவில்லை. இதுநாள் வரை கோச் பெட்டியிலிருந்து வண்டி ஓட்டிய அவனுக்கு வண்டிக்கு உள்ளே உட்கார்ந்து மாப்பிள்ளையாகப் போவதில் தடை ஒன்றும் இருக்காது என்றுதான் அவன் நினைத்திருந்தான்.

அவனைக் கோச் பெட்டியில் உட்கார்ந்து வண்டியோட்ட விட்டிருப்பது மாடன் ஐயாவின் வசதிக்காகத்தான் என்பது அவனுக்கு இப்போதுதான் புரிந்தது.

வேலைக்காரியை வீட்டுக்குள் விடுவது வீட்டைச் சுத்தப்படுத்தத்தான் - வீட்டில் குடியிருக்க அல்ல.

சமையல் காரியை அடுக்களைக்குள் விடுவது சமைத்து வைக்கத்தான் - சமைத்ததைச் சாப்பிட அல்ல.

வண்ணானிடம் துணியைக் கொடுப்பது துணியில் உள்ள அழுக்கைப் போக்கத்தான் - வெளுத்த துணியைப் போடுவதற்கு அல்ல.

அதைப்போல் வண்டிக்காரன் என்னிடம் வண்டியைக் கொடுத்திருப்பதும் வண்டியை ஓட்டத்தான், மாப்பிள்ளையாய் உள்ளே உட்கார்ந்துபோக அல்ல என்ற உண்மை அவனுக்குப் புரிந்தது.

தான் கேட்டது வண்டியை. ஆனால் மாடன் ஐயா தந்தது செருப்படியை.

செருப்படியை வாங்கிக்கொண்ட சுடலை, ஜான் சுடலையாய் அங்கிருந்து வெளியேறினான்.

22

நெய்யூர் பகுதியில் சமயப்பணி செய்து வந்த மீட் பாதிரியார் 1853ஆம் ஆண்டு ஓய்வு பெற்று, திருவனந்தபுரத்திற்குப் போய்விட்டார்.

இந்தச் சமயத்தில் ரெசிடெண்ட் துரையாக இருந்த ஜெனரல் கல்லனிடம் கிறிஸ்தவர்களும் நாடார்களும் அரசாங்க ஊழியம் செய்ய மறுப்பதைத் திவான் கிருஷ்ண ராவ் எடுத்துக் கூறினார்.

திவானின் உள்நோக்கம் ஜாதியை அடிப்படையாகக் கொண்டது என்று அறியாத ஜெனரல் கல்லன், கிறிஸ்தவர்கள் அரசாங்க ஊழியத்தைத் தட்டிக் கழிக்கக் கூடாது என்று ஆணையிட்டார்.

வழுக்கம்பாறை சர்ச் எரிப்பு வழக்கு, மேக்கோடு சர்ச் வழக்கு, மீட் பாதிரியாரைக் கொல்ல முயன்ற வழக்கு, நீலங்குட்டி - இசக்கி ஆகியோரின் கொலை வழக்கு, பத்திரகாளி கொலை வழக்கு போன்றவற்றில் சம்பந்தப்பட்ட நாயர்களை விடுவிக்க கிருஷ்ணராவ் முயற்சி செய்தார்.

இந்தச் சமயத்தில் நெய்யூரில் சமயப் பணிசெய்ய காக்ஸ் பாதிரியார் நியமிக்கப்பட்டார். அவர் பணிக்கு வந்ததும் கிறிஸ்தவர்களுக்கும் நாடார்களுக்கும் இழைக்கப்பட்ட கொடுமைகளையும், பல கொலை

வழக்குகளில் சம்பந்தப்பட்டவர்களை விடுவிக்க எடுத்த நடவடிக்கைகளையும் அறிந்தார்.

இந்த விவரங்கள் அனைத்தையும் திரட்டி அக்காலத்தில் சென்னை ஆளுநராக இருந்த ஹாரிஸ் பிரபுவுக்கு நீண்ட கடிதமாக எழுதி அனுப்பினார்.

அந்தக் கடிதத்தின் மூலம் திருவிதாங்கூர் அரசின் அடக்கு முறைகளையும் ஜாதிக் கொடுமைகளையும் அறிந்த ஆளுநர் அந்தக் கடிதம் தொடர்பாக உடன் நடவடிக்கை எடுக்குமாறு ஜெனரல் கல்லனுக்கு ஆணையிட்டார். மேலும், நடவடிக்கைப் பற்றிய செய்திகளை அவருக்கு உடனுக்குடன் அனுப்பவேண்டும் என்றும் கட்டளையிட்டார். ஆளுநரின் ஆணையை யாரும் மீற முடியாது என்பது எல்லோருக்கும் தெரியும்.

திவான் கிருஷ்ணராவுக்கு வேறு வழியில்லை. பத்மநாபபுரம் நீதிமன்றத்தில் வழக்கு விசாரணையை ஒழுங்காக நடத்த ஏற்பாடு செய்தார்.

வழுக்கம்பாறை சர்ச் எரிப்பு வழக்கில் மாடன் ஐயாவுக்கும் மேக்கோடு சர்ச் எரிப்பு வழக்கில் பாஸ்கரன் நாயருக்கும் தொடர்பு இருப்பதற்குப் பல ஆதாரங்கள் கிடைத்தன.

தங்கையா, நீலங்குட்டி, இசக்கி, பத்திரகாளி ஆகியோர் கொலை வழக்கு நடந்துகொண்டிருந்தது. இந்த வழக்குகள் தொடர்பாக கண்கண்ட சாட்சியாகக் காக்ஸ் பாதிரியார் ஒருவனை நீதிமன்றத்துக்கு அழைத்து வந்தார்.

நீதிமன்றத்தில் சாட்சியாய் சுடலையைப் பார்த்ததும் மாடன் ஐயாவும் பாஸ்கரன் நாயரும் அதிர்ந்தார்கள்.

பாஸ்கரன் நாயருக்கு மாடன் ஐயா மேல் கடுங்கோபம் வந்தது. அவர் ஆத்திரத்தில் அறிவிழந்து சுடலையைப் பகைத்துக் கொண்டதாகக் கருதினார்.

இனி எவ்வளவு முயன்றாலும் சுடலையைத் தங்கள் பக்கத்திற்கு இழுக்க முடியாது என்பதைப் பாஸ்கரன் புரிந்துகொண்டார். காக்ஸ் பாதிரியார், லூயிஸ் பாதிரியார் என்று எல்லோரும் சுடலை என்ற ஜான் சுடலைக்குப் பாதுகாப்பு வழங்குகிறார்கள்.

மாடன் ஐயாவும் பாஸ்கரன் நாயரும் செய்த அத்தனை கொடுமைகளுக்கும் கண்கண்ட சாட்சி அவன். நீதிமன்றத்தில் வழக்கு, முறையாக நடந்தால் தப்பிக்க இயலாது என்பது தெளிவாகத் தெரிந்தது.

ஹாரிஸ் பிரபுவுக்குக் காக்ஸ் பாதிரியார் கடிதம் எழுதி வழக்கை முறையாக நடத்த ஏற்பாடும் செய்துவிட்டார்.

மாடனுக்கும் பாஸ்கரனுக்கும் வழக்கிலிருந்து தப்புவதற்கு ஒரே வழிதான் இருக்கிறது. அதுதான் திவானைச் சரிக்கட்டுவது. திவான் கிருஷ்ணராவின் வேண்டுகோளைப் பெரும்பாலும் ரெசிடெண்ட் துரை நிராகரித்ததே இல்லை.

சாதாரணமாக, ஏதாவது வழக்கில் சம்பந்தப்பட்ட ஒருவர் திவானைத் தனியாகப் போய்ப் பார்ப்பது என்பது நடக்காது.

பாஸ்கரன் நாயர் தனக்கு இருந்த பழக்கத்தைப் பயன்படுத்தி கிருஷ்ணராவை நேரில் சந்தித்தார். மாடன் ஐயாவையும் உடன் அழைத்துப் போனார்.

தாங்கள் செய்த கொலைகளையும் தீ வைப்புகளையும் இருவரும் ஒப்புக்கொண்டார்கள். ஆனால், முன் விரோதத்தாலோ பொருளாசையாலோ இவற்றை நாங்கள் செய்யவில்லை. நம்முடைய தர்மத்தைக் காப்பாற்றவும் நம்முடைய குலவழக்கத்தைப் பாதுகாக்கவும்தான் நாங்கள் இவற்றையெல்லாம் செய்தோம் என்று அவர்கள் சொன்னது திவான் கிருஷ்ணராவுக்கு ஓரளவு உடன்பாடுதான்.

"என்னால் முடிந்த அளவு உங்களைக் காப்பாற்றுகிறேன் என்று தைரியப்படுத்தினார். பயப்படாமல் போங்கள். என்னால் செய்ய முடியாததை எல்லாம் நீங்கள் செய்து முடித்துவிட்டீர்கள்" என்று திவான் சொன்னது பாஸ்கரனுக்கும் மாடனுக்கும் நம்பிக்கையைக் கொடுத்தது. திவானை விட்டால் வேறு வழியில்லை என்ற நிலையில்தான் அவர்கள் திவானைத் தேடிவந்திருந்தார்கள். அவர் இவ்வளவு எளிதாகக் காரியத்தை முடிப்பார் என்று அவர்கள் கனவிலும் நினைக்கவில்லை.

கெட்ட காலத்திலும் ஒரு நல்ல காலமாகத் தங்களுக்குத் திவான் கிடைத்திருப்பதாக அவர்கள் உணர்ந்தார்கள்.

இருவரும் தப்பிவிடலாம் என்ற மனத்திருப்தியுடன் வீட்டுக்குத் திரும்பினார்கள்.

23

நாம் ஒன்றை நினைத்துக்கொண்டு ஒரு காரியம் செய்து கொண்டிருந்தால், நடப்பது வேறுவிதமாகக்கூட இருக்கும். நன்மை என்று நாம் நினைப்பது எல்லாம் தீமையாக முடிந்துகொண்டு கொண்டிருக்கும். பத்து அடி ஏறினால் பன்னிரண்டு அடி சறுக்கும். இது மாடன் ஐயாவின் வாழ்க்கையில் அப்படியே அமைந்துவிட்டது.

மீட் பாதிரியார் ஓய்வு பெற்றதும் வழக்கில் தொய்வு ஏற்படும் என்று அவர் நினைத்திருந்தார். அவருக்கு அடுத்து வந்த காக்ஸ் பாதிரியார், மீட் பாதிரியாரையும் மிஞ்சிவிட்டார். நேரே ஹாரிஸ் பிரபுவுக்கே கடிதம் எழுதிவிட்டார்.

திவான் கிருஷ்ணராவைப் பார்த்து வழக்கைச் சாதகமாக முடிப்பதற்கு எல்லா ஏற்பாடுகளையும் மாடன் ஐயாவும் பாஸ்கரன் நாயரும் செய்திருந்தார்கள்.

ஆனால் அவர்களின் நேரம். போன வாரத்தில் கிருஷ்ணராவ் திடீரென்று மாரடைப்பால் காலமாகிவிட்டார்.

மாதவராவ் புதிய திவானாகி வழக்கை விசாரிப்பதற்காகப் பத்மநாபபுரத்திற்கு வந்திருந்தார்.

இதற்குமேல் வழக்கை எப்படி எதிர்கொள்வது என்பது மாடன் ஐயாவுக்கும் பாஸ்கரன் நாயருக்கும் குழப்பமாக இருந்தது. சுடலை சொல்லும் வாக்கு மூலத்தில்தான் அவர்களது எதிர்காலமே அடங்கியிருந்தது.

திவானைச் சரிக்கட்ட முடியாது என்பது ஒருபக்கம் என்றால், திருவிதாங்கூர் சமஸ்தானமே இங்கிலாந்திலிருந்து விக்டோரியா மகாராணியார் சொல்வதைக் கேட்டு நடக்கவேண்டிய கட்டாயம்.

இந்த நேரத்தில் கிறிஸ்தவர்களுக்கு எதிரான செயல்களில் ஈடுபட்டு வந்த இவர்கள் பற்றி அடுக்கடுக்காகப் புகார்கள்.

ரெசிடெண்ட் துரை ஜெனரல் கல்லனும் ஹாரிஸ் பிரபுவின் ஆணைக்கு அடங்கி அன்றைக்கு நீதிமன்றத்திற்கு வந்திருந்தார்.

விக்டோரியா மகாராணியாரின் உத்தரவை ஏற்று, திருவிதாங்கூர் உத்திரம் திருநாள் மகாராஜா ஒரு சட்டத்தை 1855ஆம் ஆண்டு அமுல்படுத்தியிருந்தார்.

'ஆங்கிலேய அரசுக்கு உட்பட்ட பாரதப் பகுதியில் அடிமைகள் என்று ஒரு பிரிவு இல்லாமல் ஒழிக்கப்பட்டுவிட்டது.

ஆங்கிலேய அரசின் ஆணையை ஏற்று ஆட்சி நடத்தும் நமது திருவிதாங்கூரிலும் அரசாங்க அடிமைகளும் அவர்களது வாரிசுகளும் விடுவிக்கப்படுகிறார்கள்.

யாரும் இனிமேல் யாரையும் அடிமைப்படுத்தி வைக்கவோ அடிமைகளை விலைக்கு வாங்கவோ விற்கவோ கூடாது என்று இதன்மூலம் அறிவிக்கப்படுகிறது.' என்ற அறிவிப்பை மீறி மாடன் ஐயா அடிமைகளை வைத்திருந்ததாகவும் அவர்களைக் கொடுமைப் படுத்தியதாகவும் மேலும் ஒரு வழக்கு அவர்மேல் தொடுக்கப்பட்டது.

'தலைக்குமேலே போய்விட்டது இனி சாண் போனால் என்ன முழம் போனால் என்ன' என்ற நிலைக்கு வந்துவிட்டார் மாடன் ஐயா.

அவரால் ஒருநாளும் வீட்டில் நிம்மதியாக இருக்க முடியவில்லை. நீதிமன்றத்திற்கு விடுமுறை என்று வீட்டில் இருந்தால் மாடத்தியால் தொந்தரவு வந்துகொண்டிருந்தது.

"வீட்டில சொந்த பொண்டாட்டியை வச்சிக்கிட்டு, கண்ட பொம்பளைங்க கூட ஆட்டம் போட்டா இப்பிடித்தான் ஆகும்" என்று மாடத்தி குத்திக் காட்டியது வெந்தப் புண்ணில் வேலைப் பாய்ச்சியதுபோல் ஆகிவிட்டது.

கொலை வழக்கிலும் சர்ச் எரிப்பு வழக்கிலும் பாஸ்கரன் நாயர் இடம்பெற்றிருந்ததால் அவரது தாசில்தார் வேலைப் பறிக்கப்பட்டு விட்டது.

பாஸ்கரன் நாயர் தாசில்தாராக இருக்கும்வரை மாடனின் சொத்துப் பிரச்சினை பற்றிய ஆவணங்களை முடக்கி வைத்திருந்தார்.

அவரது வேலைப் பறிக்கப்பட்டு ஒரு மாதம் ஆனபிறகும் வேறு தாசில்தார் நியமிக்கப்படாததால் மாடன் ஐயாவுக்குக் கோயில் சொத்து தொடர்பாய், பிரச்சினை ஏதும் வரவில்லை.

சமஸ்தானத்தின் சுசீந்திரப் பிரதிநிதி, சுசீந்திரம் கோயில் சொத்து தொடர்பான தகவல்களை உடனே திருவனந்தபுரத்திற்கு அனுப்ப வேண்டியிருந்தது. தாசில்தார் இல்லாததால் அவரால் அந்த வேலையைச் சரியாகச் செய்ய முடியவில்லை.

தனக்குத் தாசில்தாரை நியமிக்கும் அதிகாரத்தை வழங்கும்படி திருவனந்தபுரத்திற்குக் கடிதம் அனுப்பியிருந்தார். அதற்கு அனுமதி வழங்கி, போனவாரம்தான் அவருக்குப் பதில் வந்திருந்தது.

அதன்படி ஈஸ்வரன் நம்பூதிரி என்பவர் தாசில்தாராக நியமிக்கப்பட்டார்.

அவர் தாசில்தாராகச் சேர்ந்ததும் முதல் வேலையாகச் சுசீந்திரம் சொத்து விவரப்பட்டியலைச் சேகரித்தார்.

அந்த விவரத்தினால், தோப்பூரிலிருந்து மைலாடி வரைக்கும் உள்ள தென்னந்தோப்பும், தோப்பூரிலிருந்து ஜேம்ஸ்டவுண் வரை உள்ள வயல்வெளியும் மாடன் ஐயாவின் பாட்டனார் காலத்திலேயே அவர்களுக்குக் குத்தகைக்கு விடப்பட்டுள்ளது.

மேலும் வழுக்கம்பாறையிலிருந்து அக்கரை வரையிலுள்ள குளப்புரவின் கீழுள்ள வயல்கள் மாடன் ஐயாவின் பாட்டனார் காலத்துக்கு முன்பிருந்தே அவர்களின் குத்தகையில் இருந்ததும் தெரிய வந்துள்ளது.

இந்தத் தோப்புகளுக்கும் வயல் வெளிகளுக்கும் இதுவரை குத்தகைப் பொருளோ சக்கரமோ (ரூபாயோ) வழங்கிய பத்திரம் எதுவும் இல்லை.

சுமார் இந்த நூறு வருடக் குத்தகையையும் மாடன் ஐயா செலுத்த வேண்டி வந்தால், அவரது வீடுகூட அவருக்கு மிஞ்சாது.

பண்ணையாராக இருந்த அவர் பண்ணை அடிமையாகப் போகவேண்டும் அல்லது கையில் திருவோடு எடுத்துக்கொண்டு தெருவோடுதான் போகவேண்டும்.

ஈஸ்வரன் நம்பூதிரி இந்தத் தகவலைத் திரட்டி சுசீந்திரம் பிரதானிக்கு உடனே அனுப்பிவைத்தார்.

24

மாடன் ஐயாவிடம் செருப்படி பட்ட சுடலை நேரே லீபுரத்திற்குப் போகவில்லை. ஜேம்ஸ்டவுணில் உள்ள லூயிஸ் பாதிரியாரைப் பார்க்கப் போயிருந்தான்.

மாடன் ஐயா நடந்துகொண்ட விதம் பற்றி அவரிடம் தெரிவித்தான்.

கிறிஸ்தவ மதத்திற்கு மாறிய அவனை அவர் திட்டியதையும் தெரிவித்தான். லூயிஸ் பாதிரியார் அவற்றைக் குறித்துக்கொண்டார்.

ஒரு வாரம் லூயிஸ் பாதிரியாரின் பராமரிப்பிலேயே சுடலை இருந்தான்.

லீபுரத்திற்கு ஆள் அனுப்பி ஜோசப் செம்புலிங்கத்தை ஜேம்ஸ் டவுணுக்கு அழைத்தார் பாதிரியார்.

செம்புலிங்கத்திடம் சுடலையின் கல்யாண ஏற்பாடுகளைப் பற்றிப் பேசினார். லீபுரம் சர்ச்சில் சுடலை, ரோஸ் மேரியின் திருமணத்தை லூயிஸ் பாதிரியாரே நடத்தி வைத்தார்.

தொழில் எதுவும் இல்லாத ஜான் சுடலைக்கு ஜேம்ஸ்டவுண் திருச்சபையிலேயே வேலைப் பார்க்கவும் ஏற்பாடு செய்தார்.

மிஷன் காம்பவுண்டை ஒட்டிய இடத்தில் அவர்களுக்குக் கருங்கல்லால் ஒரு வீடும் கட்டிக் கொடுத்தார்.

காலங்காலமாக மாடனின் வீட்டில் உழைத்ததற்குக் கிடைத்தது செருப்படி. ஆனால், அன்பால் அரவணைத்த பாதிரியாரோ சுடலைக்கு ஒரு வாழ்க்கையையே அமைத்துக் கொடுத்துவிட்டார். அவர் என்ன சொன்னாலும் சுடலை கேட்டுக்கொண்டான்.

காக்ஸ் பாதிரியார் தொடுத்திருந்த வழக்கில், தான் கண்டவற்றையும் தெரிந்தவற்றையும் சாட்சியாக நின்று தெரிவிப்பதாகச் சொன்னான் சுடலை.

ஆனால், சிதம்பரத்தைக் கொன்றது யார் என்பது மட்டும் தனக்குத் தெரியாது என்று சொல்லிவிட்டான்.

தீயவர்களுக்குத் தீமைதான் கிடைக்கும். அந்தத் தீயவர்களை அழிப்பதற்காகப் பாவச்செயலில் ஈடுபட்ட எவரும் பாவி இல்லை என்ற புது ஞானம் சுடலைக்குப் புரிந்திருந்தது.

ஜேம்ஸ்டவுணில் பாதிரியாருடன் சுடலை தங்கியிருந்தபோது பொன்னையா அங்கு வந்திருந்தான்.

வழுக்கம்பாறையில் சர்ச் எரிந்த இடத்தில் போடப்பட்டிருந்த ஓலைக்கொட்டகையை மாற்றிவிட்டு அந்த இடத்தில் கருங்கல்லால் சர்ச் கட்டவேண்டும்; மேலே சீமை ஓடு பாவவேண்டும் என்று தெரிவித்தான்.

லூயிஸ் பாதிரியாருக்குப் பொன்னையாவின் அந்த எண்ணம் சந்தோஷத்தைக் கொடுத்தது. ஆனால் அவ்வளவு நிதி உடனே எவ்வாறு திரட்டுவது என்பதுதான் அவரது கவலையாக இருந்தது.

அதற்கும் பொன்னையா தயாரான பதிலுடன்தான் வந்திருந்தான்.

"வழுக்கம் பாறையில் கருங்கல்லுக்குப் பஞ்சமே இல்லை. பக்கத்து மருங்கூருல ஓட்டுப்புரை இருக்கு. அங்கே இங்கேன்னு நிறைய பனைமரங்கள் இருக்கு. அதனால செலவு அதிகமா இருக்காது" என்று பொன்னையா எடுத்துக் கூறினான்.

"பொன்னையா, நீங்க சொன்னது சரிதான். இது சம்பந்தமா நான் ரெசிடெண்ட் துரைக்கு இன்னைக்குத் தகவல் தர்றேன். அங்கே இருந்து அனுமதி வந்ததும் சக்கரமும் வந்திடும். நீங்க சர்ச் கட்டுறதுக்கான ஏற்பாடுகளைச் செய்யுங்க" என்று லூயிஸ் பாதிரியார் சொன்னார்.

அவரிடம் பேசிவிட்டு வெளியே வரும்போது சுடலையைப் பொன்னையா பார்த்தான்.

"ஏலே, நீ மாடனுக்க வண்டிக்காரன் இல்லையாலே... இங்கே எதுக்குலே வந்திருக்கிறே?"

நடந்தவை அனைத்தையும் பொன்னையாவிடம் சுடலை சொன்னான்.

“நான் அப்பவே நினைச்சம்லே. நம்ம பையன் ஒருத்தன் மாடனுக்கு இவ்வளவு விசுவாசமா இருக்கிறானேன்னு நினைச்சுக்கிட்டேன்” என்று பொன்னையா சொல்லும்போது அவனது கையைப் பிடித்து இழுத்துத் தனியாக அழைத்துப்போனான் சுடலை.

“என்னலே பெருசா சொல்லப்போறே, இங்ஙன கூட்டிட்டு வந்திருக்கிறே?”

“ஐயா, உங்களைப் பத்தி ஒரு ரகசியம் எனக்குத் தெரியும். ஆனா நான் அதை ஒரு குஞ்சுக்குக்கூடச் சொல்லல்லை.”

“என்னலே... பூடம் போடுறே. வெட்டு ஒண்ணு, துண்டு ரெண்டுன்னு சொல்லுலே”

“ஆமாங்க. அதைத்தான் நான் சொல்ல வந்தேன். மகாராஜா சுசீந்திரத்துக்கு வந்திருந்த அன்னைக்கு ராத்திரி பொத்தை அடிவாரத்தில நான்...”

“சொல்லாதே! நீ ஒண்ணும் சொல்லவேண்டாம். எனக்குப் புரிஞ்சுபோச்சு...” என்ற பொன்னையாவின் முகத்தில் லேசாகக் கலவரம் படர்ந்தது.

“சொல்லமாட்டேன்...” என்று சொன்னான் சுடலை. அவனது சொல்லில் ஓர் உறுதி தெரிந்தது.

‘சுடலையைப் பற்றிச் சரியாகப் புரிந்துகொள்ள முடியவில்லை. சிந்தித்துப் பார்த்தால் கொஞ்சம் சந்தேகமாகவும் இருக்கிறது’ என்று எண்ணிய பொன்னையா - “நீ, அந்த மாடனுக்கு வேண்டிய ஆள்தானே, அவன் தம்பியை... நான்... அதைக் கண்ட பிறகும் நீ அவன்கிட்ட சொல்லல்லையே ஏன்?” என்றான்.

“எப்படி ஐயா சொல்வேன்! உங்க அண்ணனை வாதையங்கோயில் ஆலமரத்தடியில கொல்றதைப் பார்த்தவனும் நான்தானே! உங்க அண்ணனைக் கொன்னவங்களை நீங்க கொன்னீங்க. உங்களை நான் எதுக்குக் காட்டிக் கொடுக்கணும்.”

“அப்படீன்னா யார்கிட்டேயும் மூச்சுவிட மாட்டீயே.”

“என்னை ரெண்டு துண்டா வெட்டிப் போட்டாகூட வெளியே சொல்லமாட்டேன் ஐயா. நம்மளைக் காலுக்கு அடியில வச்சிக்கிட்டிருந்த, அந்தப் பயலுவகிட்ட உங்களைக் காட்டிக் கொடுக்கிறது என் உயிரை விடுறதுக்கு சமம் ஐயா...” என்ற சுடலையை பொன்னையா கட்டிப் பிடித்துக்கொண்டான்.

25

ஈஸ்வரன் நம்பூதிரி கொடுத்த எல்லா விவரங்களையும் பிரதிநிதி ஒப்பிட்டுப் பார்த்தார். எல்லாம் சரியாகத்தான் இருந்தது.

'மகாராஜாவின் முத்திரைத்தாளில் மாடன் ஐயாவின் பொறுப்பிலிருந்த நஞ்சை, புஞ்சை என எல்லா நில புலங்களின் பட்டியலையும் எழுதி அவற்றுக்குள்ள குத்தகைப் பாக்கியை ஒரு மாதத்திற்குள் பிரதிநிதி அலுவலகத்தில் வந்து ஒப்படைக்க வேண்டும். தவறினால் குத்தகை நிலங்கள் அனைத்தையும் அரசாங்கம் கையகப்படுத்துவதுடன், குத்தகைப் பாக்கிக்காக உங்கள் சொத்துக்களும் முடக்கப்படும்.

திருவிதாங்கூர் மகாராஜா
உத்திரம் திருநாளுக்காக
இராஜ பிரதிநிதி.

என்று கையொப்பமிடப்பட்ட கடிதம் ஊர்க்காவல் படை வீரர் மூலம் மாடன் ஐயாவுக்கு அனுப்பி வைக்கப்பட்டது.

கடிதத்தைப் படித்த மாடன் ஐயாவின் உச்சி முதல் பாதம் வரை அதிர்ந்தது.

யாரிடம் போய் இதைச் சொல்லுவது. மாடத்தியிடம் சொன்னால் இந்தக் கணமே சண்டைக்குத் தயாராகி விடுவாள்.

பாஸ்கரன் நாயரிடம் போய்ச் சொன்னால் ஏதாவது உபாயம் கிடைக்கலாம். இப்போது அவர் தாசில்தாராக இல்லை என்றாலும் திவானிடம் சொல்லி ஏதாவது உதவலாம் என்று எண்ணிய அவர் நேரே சுசீந்திரத்திற்குப் புறப்பட்டார்.

நல்லவேளையாக பாஸ்கரன் நாயர், வீட்டில் இருந்தார். பிரதிநிதி அலுவலகத்திலிருந்து வந்த கடிதத்தைக் காட்டினார் மாடன் ஐயா.

கடிதத்தைப் படித்து முடித்த பாஸ்கரன் "என்னை என்ன செய்யச் சொல்றீர்? எனக்க நிலை உமக்குத் தெரியாதா..? நானே வேலையைப் பறிகொடுத்துட்டு இருக்கிறேனே!"

"அது தெரியும். திவான் மாதவராவிடம் சொல்லி ஏதாவது ஏற்பாடு செய்ய முடியுமான்னுதான் உங்களிடம் வந்தேன்" என்றார் மாடன்.

"இப்ப இருக்கிற சூழ்நிலை உமக்குப் புரியல்லை. கிருஷ்ணராவ் திவானா இருக்கும்போது நினைச்சிருந்தால் ஒருவேளை இந்தப் பிரச்சினையை முடிச்சிருக்கலாம். அவருக்கு ஜாதி இந்துக்கள்ன்னா ஒரு அனுதாபம் உண்டு. இப்ப இருக்கும் மாதவராவ், ரெசிடெண்ட் துரை என்ன சொல்றாரோ, அதை மட்டும்தான் செய்றார். நம்ம மேல அடுக்கடுக்கா இருக்கிற வழக்கு அவருக்குத் தெரியாதா. திவான்கிட்டே சொல்லமுடியாது" என்றார் பாஸ்கரன் நாயர். இந்தப் பதிலை மாடன் ஐயா எதிர்ப் பார்க்கவில்லை.

அவருக்கு வேறு எல்லா வழக்குகளை விடவும் இதுதான் உடனடிப் பிரச்சினையாக இருந்தது. இதை இப்படி விட்டுவிட்டால் நடுத்தெருவுக்கு வந்துவிட வேண்டியதுதான்.

"ராஜ பிரதிநிதிகிட்டே பேசிப் பார்க்கலாம்" என்று மாடன் சொன்ன யோசனை பொருத்தமாகத் தெரியவில்லை பாஸ்கரனுக்கு. ஆனால், மாடன் விடுவதாகத் தெரியவில்லை.

ஏதாவது வகையில் ஏற்பாடு செய்தால்தான் வீட்டுக்குப்போய் ஓரளவு நிம்மதியாக இருக்க முடியும் என்று அவருக்குத் தோன்றியது.

"நீர் சொல்றது சரி. ராஜ பிரதிநிதி மட்டும் யாரு? அவரும் சமஸ்தானத்துக்குக் கட்டுப்பட்டவர்தானே! திவான் என்ன சொல்றாரோ அதைத்தானே அவர் செய்வாரு. வேணும்னா ஒண்ணு கேட்டுப்பார்க்கலாம். நடவடிக்கையை உடனே எடுக்காம கொஞ்சம் தள்ளிப்போடச் சொல்லலாம்" என்று பாஸ்கரன் சொன்னது கொஞ்சம் ஆறுதலாக இருந்தது.

"நீர் வரணும்னு அவசியம் இல்லை. நான் பார்த்துச் சொல்லிடுறேன்."

"இல்லை. பாஸ்கரன்... நீங்க என்னையும் கூட்டிட்டு இன்னைக்கே பிரதிநிதிகிட்ட போனீங்கன்னா நான் கொஞ்சம் நிம்மதியா தூங்குவேன். அப்படி இன்னைக்குச் சொல்லலைன்னா நாளைக்குக் காலையில நான் தூங்கி எழுந்திருப்பேனாங்கறதே எனக்குச் சந்தேகமா இருக்குது" என்று மாடன் சொன்னது பாஸ்கரனுக்கே பாவமாக இருந்தது.

அதுவரை அடுக்களையிலிருந்த அலமேலு அப்போதுதான் வெளியே வந்தாள்.

"அண்ணன் கொறச்சு சமயம் ஆவும், ஐயாவினோட ஒருவாட்டி பிரதிநிதிக்க ஆபீஸ்லேக்கி சென்னு வரணும். நிங்கள் தங்கச்சிக்கி வேண்டி இதுன செய்யணும்" என்று அலமேலு சொன்னது மாடன் ஐயாவின் வயிற்றில் பால் வார்த்தது.

அலமேலு சொன்ன சொல்லைப் பாஸ்கரனால் தட்ட முடியவில்லை.

"சரி, போகலாம்" என்று சொல்லிவிட்டுப் புறப்பட்டார்.

பாஸ்கரன் நாயரின் வீட்டுக்கும் ராஜ பிரதிநிதி அலுவலகத்துக்கும் ஒரு மைல் தூரம்கூட இருக்காது. நடந்தே போய்விடலாம்.

"ஐயா... பிரதிநிதியைக் கண்டிட்டு திருச்சி இவ்விட வன்னுட்டுப் போணும். என்ட ஊணு உண்ணுட்டுப் போணும். மனசிலாயோ..." என்று அலமேலு சொன்னதே மாடனுக்குப் பெரிய ஆறுதலாக இருந்தது.

பிரதிநிதி அலுவலகத்தில் எல்லோருக்கும் பாஸ்கரனையும் மாடனையும் அடையாளம் தெரிந்தது.

"பிரதிநிதி வர்ற நேரம்தான். கொஞ்சம் காத்திருக்கணும்" என்று காவலன் சொன்னான்.

அந்த அலுவலகத்திலிருந்த எல்லோரும் பாஸ்கரனையும் மாடனையும் உற்றுப் பார்த்தார்கள்.

எல்லோரும் பார்த்தது மாடனுக்கு உடல் முழுவதும் ஊசி வைத்துக் குத்துவதுபோல் இருந்தது.

நான்கைந்து ஊருக்கு அதிபதியாகப் பிரதிநிதிக்குச் சமமாக வாழ்ந்தவர் மாடன் ஐயா. இப்போது அந்தப் பிரதிநிதியிடமே வாழ்க்கைப் பிச்சைக் கேட்கும் நிலையில் அவர் இருக்கிறார்.

கொஞ்சநேரத்தில் பிரதிநிதி வந்தார். வந்தவர் அவரது அறைக்குள் போகும்போது பாஸ்கரனும் மாடன் ஐயாவும் எழுந்து நின்று வணங்கினார்கள். கவனிக்காதது போல் பிரதிநிதி உள்ளே போய்விட்டார்.

சிறிதுநேரம் கழித்து இருவரும் உள்ளே போனார்கள்.

"என்ன விஷயம்?" என்று கேட்டார் பிரதிநிதி.

மாடன் ஐயா கடிதத்தைக் காட்டினார். அவரது உடல் கூனிக் குருகிப்போய் இருந்தது.

"நீங்க ரெண்டுபேரும் சேர்ந்து வந்ததிலிருந்தே குத்தகை சம்பந்தமாய்த்தான் நீங்க வந்திருக்கீங்கன்னு எனக்குப் புரியுது. ஆறு மாசமாய் நீங்க கிடப்பில போட்டு வச்சிருந்த பத்திர விஷயத்தை ஈஸ்வரன் நம்பூதிரி வந்துதான் தயார் செய்து தந்தார். அதுவும் திவானுடைய உத்தரவாலதான் நாங்க தயார் பண்ணச் சொன்னோம். அதைத் தடுக்கிறது என் கையில இல்லை. திவான்தான் முடிவு எடுக்கணும்" என்று பிரதிநிதி கூறினார்.

"ஐயா, உங்களால இதைத் தடுக்க முடியல்லைன்னாலும் நடவடிக்கை எடுக்கிறதைக் கொஞ்சம் தள்ளிப்போட்டா பெரிய உதவியா இருக்கும்" என்று கெஞ்சினார் மாடன் ஐயா.

"இந்தப் புத்தி ஒழுங்கா குத்தகைப் பொருளைக் கொடுக்கிறதில இருந்திருக்கணும்."

"ஐயா, அது எங்க தாத்தா காலத்தில இருந்து எங்ககிட்டே இருக்குது. அதுல உள்ள பத்திரம் ஒண்ணும் எனக்க கைவசம் இல்லை. அதனாலதான் குத்தகைப் பணத்தைத் தரமுடியல்லை..." என்ற மாடன் ஐயா தெண்டனிட்டார்.

"நீங்க இதுக்குப்போய் எனக்க கால்ல விழவேண்டாம். என்னால முடிஞ்சது நடவடிக்கையைத் தள்ளிப்போடுறது மட்டும்தான். அதை நிச்சயம் நான் செய்வேன். நீங்க போய்ட்டு வாங்க" என்று பிரதிநிதி சொன்னதே போதும் என்ற திருப்தியுடன் வெளியேறினார்கள் மாடன் பிள்ளையும் பாஸ்கரன் நாயரும்.

26

தென் திருவிதாங்கூரில் உள்ள நாடார் பெண்கள் தோள் சேலை அணிந்துகொள்ளக் கூடாது, ஆனால் குப்பாயம் அணிந்துகொள்ளலாம் என்று பத்மநாபபுரம் நீதிமன்றம் தீர்ப்பு சொல்லியிருந்தது.

முதலில் குப்பாயம் மட்டும் அணிந்த பெண்கள் குப்பாயத்தின் உயரத்தைச் சுருக்கி ரவிக்கை அளவிற்குக் கொண்டுவந்து தோள் சேலையும் போடத் தொடங்கினார்கள்.

தோள் சேலை அணிவதை, தங்கள் உரிமையாய்க் கருதி அவர்கள் போராடினார்கள். அதை சமஸ்தான அரசு, குற்றமாகக் கருதியது.

சமஸ்தானத்தில் வேலைப் பார்த்தவர்களில் பெரும்பாலோர் மேல்ஜாதிக்காரர்களாக இருந்ததால் அடக்குமுறையை ஏவினார்கள்.

பெண்கள் மானபங்கப்படுத்தியதைச் சமஸ்தான அரசே சரியானது என்று ஏற்றுக்கொண்டதால் அவர்களுக்காகக் காக்ஸ் பாதிரியார் போராடினார்.

தென் திருவிதாங்கூரில் கிறிஸ்தவப் பெண்களுக்கும் நாடார் பெண்களுக்கும் நடந்த கொடுமையைப் பற்றி, சென்னை ஆளுநர் ஹாரிஸ் பிரபுவுக்குக் காக்ஸ் பாதிரியார் கடிதம் எழுதினார்.

'மேன்மை தாங்கிய ஆளுநர் அவர்களுக்கு இந்திய தேசத்தின் தென்பகுதியில் உள்ள தென் திருவிதாங்கூர் பகுதியில் உள்ள கிறிஸ்தவப் பெண்களும் தாழ்ந்த ஜாதிப் பெண்களும் ரவிக்கையும் மேலாடையும் அணியக்கூடாது என்று தடை விதித்திருக்கிறார்கள்.

மீறி மேலாடை போட்ட பெண்களைச் சந்தைகளிலும் பொது இடங்களிலும் மானபங்கப் படுத்தியிருக்கிறார்கள். இதைத் தட்டிக் கேட்டதற்காகப் பலர் கொலை செய்யப்பட்டுள்ளார்கள்.

இந்தப் பகுதியில் உள்ள கிறிஸ்தவ தேவாலயங்கள் பலவற்றைச் சமஸ்தானப் பதவி வகிக்கும் ஜாதி இந்துக்களும் பண்ணையார்களும் நெருப்புக்கு இரையாக்கியுள்ளார்கள்.

தேவாலயத்திற்கு ஞாயிற்றுக்கிழமை வரும் கிறிஸ்தவ ஜனங்களைத் தாக்கிப் பயப்படுத்துகிறார்கள்.

இது சம்பந்தமாய் நாங்கள் சமஸ்தானத்தில் கொடுத்த வழக்குகள் எல்லாம், மேல்ஜாதி மக்களுக்குச் சாதகமாகவே முடிந்துவிட்டன.

ஆகவே மேன்மை தாங்கிய ஆளுநர் அவர்கள் இந்த விஷயங்களில் தலையிட்டு, கிறிஸ்தவப் பெண்களும் தாழ்ந்த ஜாதிப் பெண்களும் தோள்சேலை அணிவதற்கு அனுமதி வாங்கித் தரவேண்டும் என்று வேண்டுகிறோம்.

கிறிஸ்தவ மதத்தை ஏற்றுக்கொண்டவர்கள் பயம் இல்லாமல் வழிபாட்டில் கலந்துகொள்வதற்குப் போதிய பாதுகாப்புச் செய்துதர உதவவேண்டும் என்றும் வேண்டுகிறோம்.

தவறுகள் செய்தவர்கள் பாரபட்சம் பார்க்காமல் தண்டிக்கப்படுவதற்கும் தாங்கள் ஏற்பாடு செய்ய வேண்டுமாய்க் கேட்டுக்கொள்கிறோம்.'

இவண்
ஃபாதர் காக்ஸ்,
நெய்யூர், மண்டைக்காடு மிஷன்.

காக்ஸ் பாதிரியார் அனுப்பிய கடிதத்தைத் திருவிதாங்கூர் சமஸ்தான திவான் மாதவராவுக்கு நடவடிக்கை எடுக்குமாறு ஹாரிஸ் அனுப்பி வைத்தார்.

சென்னை ஆளுநரின் கடிதத்திற்கு உடனே நடவடிக்கை எடுக்கத் தொடங்கினார் திவான் மாதவராவ்.

தோள் சேலை தொடர்பாக உத்திரம் திருநாள் மகாராஜா விரைவில் ஆணை பிறப்பிக்க இருப்பதாகவும் வழக்குகளை விரைந்து நடத்த ஏற்பாடு செய்திருப்பதாகவும் கிறிஸ்தவர்களுக்கும் தாழ்ந்த ஜாதியினருக்கும் பாதுகாப்பு அளிப்பதாகவும் உறுதியளித்துப் பதில் கடிதம் அனுப்பி வைத்தார் திவான்.

அந்தக் கடிதத்தில் மேலாடைப் பற்றிய ஆணை விரைவில் வெளியிடப்படும் என்றதற்கு இணங்கச் சட்டம் ஒன்றும் இயற்றப்பட்டது.

'கிறிஸ்தவ மதத்தைத் தழுவிய நாடார் குலப் பெண்களைப் போன்று ஏனைய நாடார் குலப் பெண்களும் வேறு ஜாதிப் பெண்களும் குப்பாயம் அணிந்து கொள்ளலாம். உயர் ஜாதிப் பெண்கள் மேலாடை அணிவதுபோல் அல்லாமல் வேறு எந்த வகையாகவும் மேலாடை அணிந்து கொள்ளலாம்' என்று அறிவிக்கப்பட்டது.

இந்தச் சட்டத்தால் ஓரளவுக்குத் தென் திருவிதாங்கூரில் தோள்சேலைப் போராட்டம் அடங்கியது எனலாம்.

பத்மநாபபுரம் கோட்டையில் உள்ள நீதிமன்றத்தில் மாடன் ஐயாவும் பாஸ்கரன் நாயரும் வேறு சிலரும் ஆஜரானார்கள். குறிப்பாக மாடன் ஐயாவிற்கு நம்பிக்கை வறண்டு போயிருந்தது.

சாட்சிக் கூண்டில் ஏறி ஜான் சுடலை எல்லா வழக்குகளிலும் சாட்சி சொன்னான்.

கண்ணால் கண்ட சுடலையின் சாட்சி மிகவும் வலுவாக இருந்தது. மேலும் வழக்கு நடந்த இடத்திற்கு காக்ஸ் பாதிரியாரும், திவானும், ரெசிடெண்ட் துரையும் நேரில் வந்தார்கள்.

எனவே, எந்த வகையிலும் வழக்கைத் திசைத் திருப்ப முடியவில்லை. மாடன் ஐயா திணறினார்.

பத்திரகாளியை கொலை செய்தது யார் என்று தெளிவாக வில்லை. அதற்குச் சாட்சி யாரும் இல்லை. ஆகவே நெய்யூர் சந்தையில் நடைபெற்ற தோள்சேலைப் போராட்டத்தின் போது பத்திரகாளி கல்லில் விழுந்து இறந்துவிட்டாள் என்று தீர்ப்பாகியது.

நீலங்குட்டி, இசக்கி ஆகியோர் தற்கொலை செய்து கொள்ளவில்லை. இருவரையும் சிதம்பரம்தான் கொன்றான் என்று சுடலையின் சாட்சியின் மூலம் தெளிவாகியது. ஆனால், முதல் பிரதியாகிய சிதம்பரம் அடையாளம் தெரியாத ஆள்களால் கொலை

செய்யப்பட்டு விட்டதால் அவன் சம்பந்தப்பட்ட அனைத்து வழக்குகளில் இருந்தும் நீக்கப்பட்டான்.

நீலங்குட்டி, இசக்கி கொலை வழக்கிலும், தங்கையா கொலை வழக்கிலும் கொலைக்கு ஆதரவாக இருந்ததாக மாடன் ஐயாவுக்குத் தண்டனை வழங்கப்பட்டது.

வழுக்கம்பாறை சர்ச் தீவைப்பு வழக்கிலும், மண்டைக்காட்டில் மீட் பாதிரியாரைக் கொலைசெய்ய முயன்ற வழக்கிலும் மாடனுக்குத் தண்டனை வழங்கப்பட்டது.

சட்டவிரோதமாக அடிமைகளை வைத்திருந்த வழக்கிலும் கிறிஸ்தவ தேவாலயத்திற்குப் போவோரை மானபங்கப்படுத்திய வழக்கிலும் மாடன் ஐயாவுக்குத் தண்டனை வழங்கப்பட்டது.

நீலங்குட்டி, இசக்கி கொலை வழக்கு, சட்ட விரோதமாக அடிமைகளை வைத்திருந்த வழக்கு தவிர அனைத்து வழக்கிலும் பாஸ்கரன் நாயருக்கும் தண்டனை வழங்கப்பட்டது.

மாடன் ஐயாவுக்குப் பரம்பரை அடிமையாக இருந்த சுடலையாண்டி இந்த வழக்குகளில் எல்லாம் சம்பந்தப்பட்டிருந்தான். என்றாலும் எஜமானனின் ஆணைக்கு இணங்க அடிமை வேலையை மட்டுமே அவன் செய்துள்ளான் என்று தெளிவானதால் எல்லா வழக்கிலிருந்தும் சுடலை விடுவிக்கப்பட்டான்.

•O•

இதே நேரத்தில் அகஸ்தீஸ்வரம் தாலுகா முழுவதும் தண்டோரா போடப்பட்டது.

சுசீந்திரம் கோயிலுக்குச் சொந்தமான நிலங்களை மாடன் ஐயாவின் பரம்பரையினர் குத்தகைக்கு எடுத்துவிட்டு, குத்தகையை வழங்கவில்லை. அதனால் அந்த நிலங்கள் மாடன் ஐயாவிடம் இருந்து பறிக்கப்படுகின்றன.

சுமார் நூறு வருடங்களாகக் குத்தகைப் பொருளைக் கொடுக்காததால் அவரது சொந்த நிலங்கள் அனைத்தும் ஜப்தி செய்யப்படுவதாகவும் தண்டோரா போட்டவன் தெரிவித்தான்.

27

மாடன் ஐயாவின் குடும்பத்தினர் வீட்டைக் காலி செய்வதற்கு ஆறுமாதம் தவணை கொடுத்திருந்தார்கள்.

வீட்டைத் தவிர எல்லா அசையாச் சொத்துகளும் பறிபோய்விட்டன. வீடும் ஆறுமாதத்தில் அவரை விட்டுப் பறிபோய்விடும்.

அசையும் சொத்துகளான நகையும் பாத்திர பண்டங்களுமே மாடத்தி வாழ்வதற்குப் போதும். என்றாலும் மாடத்திக்கு எங்கே போவது என்று புரியவில்லை.

ஒரு குழந்தை இருந்தாலாவது அந்தக் குழந்தைக்காக வாழவேண்டும் என்று தோன்றும். மாடன் ஐயாவும் மாடத்தியும் வாழ்ந்ததற்கான அடையாளம் என்று எதுவுமே இல்லை.

மாடன் ஐயாவுக்கு மரண தண்டனை கிடைக்க வில்லை. என்றாலும் அவர் உயிரோடு ஜெயிலிலிருந்து திரும்புவார் என்று சொல்ல முடியாது. பாஸ்கரன் நாயரின் கதையும் ஏகதேசம் அவ்வளவுதான்.

திட்டுவிளையிலிருந்த பாஸ்கரன் நாயரின் குடும்பம் திருவனந்தபுரத்திற்குச் சென்று குடியேறி விட்டது.

அலமேலுவுக்குச் சொத்து நிறைய இருந்தது என்றாலும் அவளுடன் சேர்ந்து வாழ்கிறவர்கள் யாருமே நிலைக்கவில்லை என்று அவளுக்குத் தோன்றியது.

குஞ்சன் நாயரை அலமேலு கொல்ல விரும்பவில்லை. அவரிடமிருந்து தப்புவதற்காகத்தான் அவர்மேல் குத்தினாள். அது படாத இடத்தில் பட்டுவிட்டது.

பாஸ்கரன் நாயர் திட்டு விளையில் இருந்தது வரை நன்றாகத்தான் இருந்தார். தங்கை அலமேலுவின் வீட்டுக்கு வந்த பிறகுதான் அடுக்கடுக்காய்த் துன்பங்கள்.

மாடன் ஐயாவுக்கும், அலமேலுவுடன் தொடர்பு ஏற்பட்டது முதல்தான் கொலை, தீவைப்பு முதலிய பழக்கங்கள் ஏற்பட்டு விட்டன.

அதற்கு முன்பு வரை பயந்து பயந்துதான் வாழ்ந்து வந்தார். மீட் பாதிரியாரைக் கொல்ல முயலும் போதும் மாடன் ஐயாவுக்கு முழுச் சம்மதம் இல்லை.

மாடத்தியின் தாய் வீடு ஸ்ரீ வைகுண்டத்துக்கு அருகில் இருக்கிறது. இவ்வளவு நடந்த பிறகும் அங்கே எப்படிப் போவது என்று அவளுக்குத் தோன்றியது. மாடத்தி எங்கும் போகவில்லை. வீடே கதியாகக் கிடந்தாள்.

வீட்டைக் காலி செய்வதற்கு ஒரு மாதத்திற்கு முன்பே ஒருநாள் மாடத்தி பிணமாகிவிட்டாள். அவள் எப்படி இறந்தாள் என்று யாருக்கும் தெரியாது.

மாடத்தி இறந்த செய்தியைத் தெரிந்து எல்லோரும் உள்ளே போய்ப் பார்க்கும்போது நகை நட்டு எதுவும் இல்லை என்பது மட்டும் எல்லோருக்கும் தெரியும்.

மாடன் ஐயாவும் பாஸ்கரன் நாயரும் ஜெயிலில் அடைக்கப்பட்ட பிறகு ஒன்று இரண்டு வருஷங்கள் அலமேலு வீட்டைவிட்டு வெளியே வரவில்லை. வீட்டுக்குள்ளேயே முடங்கிக் கிடந்தாள். அப்படி முடங்கிக் கிடந்ததாலேயே அவளது மனநிலை பாதித்து விட்டது.

ஒருநாள் திடீரென்று வீட்டைவிட்டு வெளியேறி ஓடியதை எல்லோரும் பார்த்தார்கள். அவளது ஓட்டம் எங்கே போய் ஓய்ந்தது என்று யாருக்கும் தெரியாது.